# తిరుపతి వేంకటీయము.

3 వ కూర్పు.

1000 ప్రతులు.

షష్టిపూర్తి మహోత్సవ ముద్రణము.

 [వెల 0-10-0

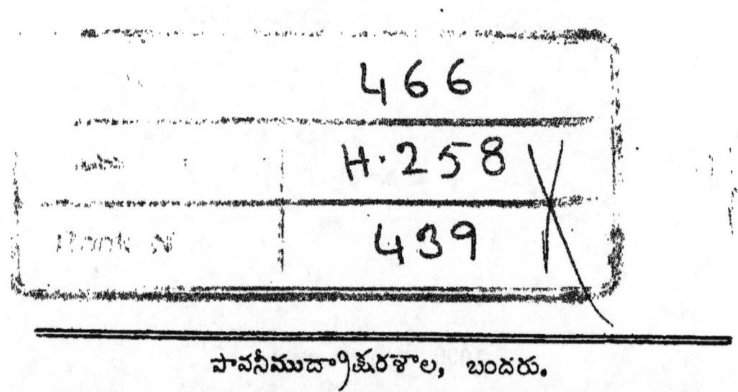


పావనీముద్రాక్షరశాల, బందరు.

శ్రీరామామణి జానకీరమణియై సేవింపఁ దమ్ముల్ సదా
గారాబమ్మునఁగొల్వ నెల్లయెడలన్ గల్యాణముల్ మీఱ సు
శ్రీరంజిల్లునయోధ్య నేలికొను నా శ్రీరాముఁ డెల్లప్పుడున్
శ్రీరామాధిపు నాత్మనామధరు రక్షించున్ గృపాశాలియై.

సీ. సత్త్వరజస్తమశ్శక్తులలో సత్త్వశక్తియౌ లక్ష్మియంశమునఁ బొడమి
యాత్మానుగుణగుణాఢ్యమ్మగువృత్తిఁజెన్నారు విదేహుగేహమునఁ బెరిఁగి
తమము ప్రధానమై తనరెడుశివువిల్లు విఱిచిన శ్రీరాము వరునిగఁ గొని
రాజసంబణఁచి యరణ్యమేగెడి భర్తకనుకూలయై వెంట నరిగి రావ

తే.గీ. ణాదులనుగాల్చి జగముల యార్తిఁదోల్చి
భర్తతోడఁ గుబేరపుష్పకము నెక్కి
మరల సాకేతమేలంగ మరలివచ్చు
సీత శ్రీరామవిభునకు సిరు లొసంగు.

శా. శ్రీ కెంగేల నెసంగు రాచిలుకఁ బేర్మిన్ జూచి ముద్దాడి "నా
బాకీ తీర్పు" మటంచు మై నిమిరి దువ్వన్, జిల్క "యక్కా! యదే
మో కృష్ణుండనె వింటె" యన్న నగు మా మోమున్ విలోకించు నా
శ్రీకాంతుండు కృతార్థఁ జేయుత యశోర్థిన్ రామభూమీపతిన్. 3

ఉ. "కల్లలుపన్ని నన్విడిచి కానలలో నల చెంచుబోటితో
నల్లరి సేయుఁడే" యని రయోద్ధురముగా మగనేఁత నేయుచో
నల్లనఁ జెక్కుగొట్టి "యకటా! కడునొచ్చితి" వంచు నవ్వు మా
పల్లవపాణి యోగ్యునకు భాగ్యము లిచ్చుత రామశౌరికిన్. ౪

[illegible]

పూఁపజాబిల్లి పూవుందాల్చిన వెలంది జగములన్నియుఁ బ్రోవఁ జాలు జాణ

తే.గీ. మంచుగుబ్బలి రాచూలు మించు వన్నె
వలపఁ గట్టిన యెలనాఁగ చలువచూపు
కోపులఁ జూచి రక్షించు గోకిరెడ్డి
వంశమణియైన శ్రీరాము వల్లుధాము.

శా. "సా౽కే ఘోరతపమ్మొనర్చి తుద కన్యాయమ్ముగా నా తప
శ్శ్రీకిన్ భంగము కూర్చి కోరి తపు డిస్సీ! యింత మాత్రిన కే
లా? కోప" మ్మని దీనుఁడయ్యు సతియల్కన్ బాపి నవ్వించు గౌ
రీకాంతుండు కృపాళుఁడై మనుచుతన్ శ్రీరామభూమీశ్వరున్.

మ. పతిచే మున్నుగ సామవేదము పఠింపన్ జేసి యామీఁద ద
ద్గతి వీణన్ బలికించి నేర్పుమెయి శుద్ధశ్రోత్రియుం డైన త
త్పతికిన్ గానరసంబు నేర్పఁ దన గీతప్రౌఢిమన్ జూపు భా
రతి వాక్పాటవ మిచ్చి ప్రోచుఁ గృపమీఱన్ రామభూనాయకున్.

సీ. ఒక మోము భారతీ వికచాంబుజాస్య వాతెఱఁజిల్కు తీయని తేనెఁ గ్రోల
నొక మొగం బాపడంతుకతోడ సరససల్లాపమాధుర్యంబు చూపుచుండ
నొక మొగం బావెలందుక తావిఁజిల్కు పుక్కిటివీటి తమ్మ పుక్కిటవహింప
నొక మొగం బావెలంతుకతోడ రతికలావిషయికోపన్యాసవిధులు చెల్ప

తే.గీ. నొక్కు మధురోష్ఠపానము దక్కుఁ దక్కు
కృతులఁ బ్రతిసేయ నేరని యింతి మిన్న
బిట్టు కౌఁగిలి గిలిగింత పెట్టుకొన్న
నలువ కృతిపతి కాయువు కలిమిఁ బెంచు.

ములఁ జదివి కైత సెప్పఁగ మొదలువెట్టి
కలుగనుండుమె? తన్నమస్కారశేము, ౧౧

తే.గీ. అన్నవస్త్రము లొసఁగి విద్యలను శిష్యు
లను ననుదినమ్ము చెప్పు విలక్షణప్రి
భావు భావుకభావు మాపాలిదేవు
బ్రహ్మ గురువర్యుఁ గొల్తు మహాభక్తి. ౧౨

తే.గీ. ఏచతురు లోర్వలేమి పిసాచులెలమి
సత్కవులమీఁదఁ బడకుండ సలిపి రట్టి
కుకవులకు వందనములు కోట్లకొలఁది
స్థిరతరమ్ముగభక్తి రచింపవలదె! ౧౩

ఆ.వె. గ్రంథచోరులైన కవులార! మాపద్య
ములను దొంగిలింప వలదు వినుఁడు
మాదు కైత కొక్క మాఱువేసము వైచి
మార్చికొంద మన్న మాఱఁబోదు. ౧౪

ఉ. ఆఁకలిఁ దీర్చికొం డెవరికైనను ధర్మము కాన బైటి పు
ల్లాకులవంకఁబోయి యటు నాఁకలి తీర్చికొనుండు లోనికిం
బోకుఁడు; పోతిరేనిఁ గడుముప్పగు; మీచిరజీవిభావ మో
కాకవులార! మీకుఁ జిరకాలము పాయకయుండుఁ గావుతన్. ౧౫

ఆ.వె. మచ్చరమ్ము విడిచి మాకవిత్వరసమ్ము, గ్రోలరయ్య! మెచ్చుకోలుగలిగి
యోర్వలేమి నేడుపొంద మీకన్నీర, పోవుఁగాని యేమిపోవుమాకు? ౧౬

క. "అవిలే విధిలే" పనిమా, కపనము నిందింత్రుగాక కవులండఱకున్
జవిగల్గుకృతుల నొనరింప విరించిప్రసాదకైన బరువగుఁగాదే. ౧౭

యిభరాస్య కమ్మొవిరుచు లెఱింగినవాఁడు రసకవిత్వంపు సారస్యమెఱుఁగు
పద్మాక్షి చూపుసోవల నెఱింగినవాఁడు తీక్ష్ణకవిత్వంపుఁ దేటయెఱుఁగు
ఘల్లుచెలందుకల కౌఁగిళ్లు లెఱింగినవాఁడు మిశ్రకవిత్వప్రమితు లెఱుంగు

తే.గీ. బంధతనుసాభిసారికాగంధ మెఱుఁగు
వాఁడె యాశుకవిత్వంపు జాడయెఱుఁగుఁ
గాని యన్యుల కెఱుఁగ శక్యమ్ముగాదు
భావవిజ్ఞాన మది పయిపైనిఁ గలదె! ౧౯

క. లలితప్రబంధముల లో, బల యమకముఁ దూర్చి రసము పాడొనరింపన్
పలభ్యమౌనె? పెరుగుమువడ్లును, గలపోసిన ముచ్చటగునె? కవివరులారా,

చ. మతిగలవారికేనియుఁ బ్రమాద మెలర్పక పోదు; పుష్పస
మ్మితకవితాలతాంగిని రమింపఁడు కేవలశాస్త్రిలార! మీ
మతులకు వచ్చినట్లు రసమాధురిఁ గ్రోలుఁడుగాని వ్యర్థపుం
జతురిమఁజూపి దాని స్తనశల్యపరీక్ష యొనర్పఁబోకుఁడీ. ౨౧

వ. అని శిష్టాచార పరిశంసలొనర్చి,

మ. ప్రతిసంవత్సరమాఘమాసమున గద్వాలప్రభుం డిచ్చు ను
న్నత సత్కారపు వార్షికమ్ముఁగొని. కొన్నాళ్లచ్చటన్ రాజబం
ధుతతుల్ సత్కవితాదరుల్ మిగుల సంతోషమ్ములన్ దేల్ప ను
న్నతయిన్ దన్నృపుసాల్యలకుండు కడుసన్మాన్యుండు స్నేహార్ద్రుఁడై. ౨౨

వ. భక్తితాత్పర్యమ్ములిగురింప నస్మత్కృత సంస్కృత గ్రంథమ్ములయందలి శ్లోకమ్ములను నాంధ్ర ప్రబంధమ్ముల యందలి పద్యమ్ములను దదేకాయత్తచిత్తమ్మున సానుజుండును సపుత్రమిత్రుండునునై వినుచుఁ జుట్టువారియున్న పండితకవిసంఘము దిక్కు మొగంబై. ౨౩

డతఁడు శ్రీరామనృపతి పండితహితుఁడు. ౨౪

క. శ్రీతాటికొండ పురమున
సేతాదృశగరిమ నేలు నీతిపరుఁడు వి
ఖ్యాతుం డతిశాంతుఁడు వి
ద్యాతిశయుం డెలుఁగుజాణ యనుకుమరక్తికిన్.

చ. తిరుపతివేంకటేశ కవిధీరుల మమ్ముగాంచి వాక్యచా
తురి మెఱయంగ నిట్లనె "బుధుల్ బళిరేయన మీరు గ్రంథముల్
విరచనచేసి యుంటిరి ప్రవీణతమై మఱియెన్నియేని, యం
దరయఁగ నాకు భాగవత మన్నిఁటికిం దలమానికంబగున్. ౨౬

శా. స్వామీ! మీకవితావివాహము జగచ్ఛ్లాఘ్యంబు మాబోఁట్లు త
త్సామర్థ్యం బిదమిద్ధమంచు వచియింప న్నేర్తురే! లక్షణా
భామన్ గృష్ణుఁడు పెండ్లియాడుకత నాపైఁ బేర్మిమీఱం గృతిం
గా మిమ్ముం దయఁ జెప్పవేఁడెదను సత్కారమ్ము తోరమ్ముగన్. ౨౭

చ. తిరుపతివేంకటేశ్వర సుధీమణులార! కవీంద్రులార! దు
స్తరతరబుద్ధిభాక్ప్రతవధానవిధానపటిష్ఠులార! భూ
వరహితులార! యెక్కుడు కృపామతి నాకుగ మాకు లక్షణా
పరిణయమున్ రచింపవలెఁ బండితమండలి కింపుగావలెన్. ౨౮

మ. కవితాకన్యక లెందఱేనిఁ గల రిక్కాలమ్మునం దల్ల వా
రు విచారింపఁగ గ్రుడ్డికన్నుగలవారో, కుంటివారో, సురూ
పవిహీనాత్ములో కాఁగలారు; వివరింపన్ సర్వసంపన్న మీ
కవితాకన్యక యటంచు నొక్కి పలుకంగా నేర్తు మిమ్మాటికిన్! ౨౯

[illegible]
జ్ఞానిధులంచుఁ బేరుఁగొనినారలు వీరు కవిత్వసంపదన్, ౩౧

శా. ఈయాంధ్రావనియందు మీకసనిభూమీశుల్, మిముం బూజలన్
జేయన్నేరని రాజచంద్రులును నాచే నసుత్రితుల్; వేరు నే
లా? యీనాఁటికవీంద్రులం దెవరు విద్యాశక్తి రాజన్యరా
జ్యాయత్తంబగు పట్టపేన్గుపయి సాహాపుట్టి నూరేగిరే! ౩౨

తే.గీ. హెచ్చుతగ్గులు తులఁదూఁప నెవరికన్న
హెచ్చు మీబావగారు; వారిచ్చినారు
మీకు బంగరుబిరుదు లమ్మేటి మేటి
వాక్షిక మ్మిచ్చు మీకు నెవ్వరికి హెచ్చు. ౩౩

తే.గీ. శ్రీకరుండగు నరసదీక్షితుని సుతుఁడు
సుకవియగు పాపశాస్త్రికి సోదరుండు
అస్మదాస్థానమునకు ధర్మాధికారి
బారయకు వీరనినఁ గడు గౌరవంబు ౩౪

క. మాతండ్రిగారు మును కృతి
కై తామెంతేని యత్న మలరించిరిగా
నీ తగు కవి దొరకమిఁ ద
చ్చేతం బొప్పకొనదయ్యెఁ జెప్పించుటకున్. ౩౫

క. జనకుని కోర్కెం దీర్పని
తనయునిఁ దనయుఁడని చెప్పఁ దగదం డ్రిటుగా
వున నీకృతి కారణముగ
నను గృతకృత్యునిఁగాఁ జేయ న్యాయ్యంబనుచున్. ౩౬

ధర నుత్తమశూద్రకులము తగియెడిపృథ్విన్. ౩౮

తే. గీ. కారణాంతరముల జానఁ గలిగె నెన్ని
యేనిభేదమ్ము లవి చెప్ప నేల ? నాఁడు
నేఁడు నిఁకమీఁద వికృతులజాడఁ దాఁ జ
ననిదియై యొప్పు నొక పాకనాటికులము. ౩౯

ఆ. వె. క్షమకు సత్యమునకు సత్త్వమ్మునకు రాము
నాఁటివారు పాకనాటివారు
భోగభాగ్యములకు యోగమ్మునకుఁ గృష్ణు
నాఁటివారు పాకనాటివారు. ౪౦

తే. గీ. వారి గోత్రము లెన్నియో వఱలు నందు
గోకిరెడ్డియనెడి కాఁపు కులపురుషుఁడు
గాఁగలిగి యతిరాజసకలన మిగిలి
యొక్క తెగవారు బల్ సిరినొప్పుచుండ్రు. ౪౧

చ. భరతునిఁబట్టి యిందుజులు భారతులైరి, రఘుండు హేతువై
పరఁగిరి రాఘవాఖ్య నలభానుకులప్రభవుల్, మహాయశ
స్కరుఁడగు గోకిరెడ్డి యతిశస్తగుణాకరుఁ డిందుఁగల్గుటన్
వఱలెను వానిపేర్గలిగి వంశము వీరికసంశయమ్ముగన్. ౪౨

క. అతిరాజస గోత్రావ
స్థితిచే నతిరాజసత్వసిద్ధి గలిగెనో?
యతిరాజనులగు వీరలె
గతియగుదురో గోత్ర మట్టిగతిఁ గాంచుటకో? ౪౩

[illegible]
రంగారెడ్డి గుణోత్తరత్వమది వర్ణ్యంబౌట కాశ్చర్యమే! ౪౫

గీ. ఆతనికుమారుఁ డత్యంతశీతలుం డ
నంతధరణీశుఁ డీతఁ డనంతయశుఁ డ
నంతసుగుణాకరుండు ననంతతేజుఁ
డగుచుఁ బాలించిమించె ననంత నెలమి. ౪౬

గీ. ఆతనికిఁ బుత్త్రుఁడయ్యెఁ దిమ్మావనీంద్రుఁ
డతఁడు పూర్వులఁబోలి రాజ్యమ్ము రామ
రాజ్యముగ నేలి పుత్త్రికఁ బ్రాజ్ఞసుగుణఁ
గాంచెఁ గొండమ్మ యను నొక కాంచనాంగి. ౪౭

క. శ్రీరమణు సాటిఁదగు రా
జారెడ్డికి నామె నిచ్చి సర్వోన్నతపూ
ర్తిరుచఁ బెండ్లి యొనర్చి ధ
రారమణునిఁ జేసెఁ బిదప రాజ్యమ్మిడియున్. ౪౮

గీ. జలధి నిల్లటముండిన శౌరిపోల్కి
హిమగిరి వసించు నల నగజేశు మాడ్కిఁ
దాటికొండ పురమ్మునఁ దా వసించి
మించి పరిపాలన మొనర్చె నంచితముగ. ౪౯

క. ఆరామయందుఁ గనె సు
శ్రీరుచిఁదగు రామచంద్రరెడ్డిన్ మఱి ల
క్ష్మారెడ్డిన్ గొమరులుగా
నారాజారెడ్డి వంశ మతి వృద్ధిఁదగన్.

[illegible]
లిరువు రధర్మమ్ము నీసడించెడివార లిరువురు శత్రుల నోరయువార

తే॥గీ॥ లిరువురును దాతతండ్రుల సరణివార
లిరువు రన్యోన్యమును మైత్రిఁ బరఁగువార
లొక్క యోగభేద మొక్కటిదక్క రామ
లక్ష్మణులు రామలక్ష్మణుల్ లలితమతులు. ౨౨

తే॥గీ॥ వీర లాచారపరులు సుశ్రీరుచిరులు
వీరు లతిధీరు లత్యంత శూరు లధిక
బంధుపోషణతత్పరుల్ పుత్రులు లెంత
కేనిఁదగు చేవఁగల వార లిద్ధయశులు. ౨౩

ఆ॥వె॥ రామచంద్రరెడ్డి రమణీమణుల కెల్ల
మేలుబంతి యనెడి మేల్మిగన్న
లక్ష్మమాంబికను సలక్షణమ్ముగఁ బెండ్లి
చేసికొనియె మిగుల వాసియెసఁగ. ౨౪

సీ॥ మునికులగోత్ర సముద్భవుండగు ననంతారెడ్డి యేగుణోత్తరకుఁ దండ్రి
తనపేరు సార్థకత్వము వహింపఁ జరించు రత్నమాసాధ్వి యేరమణితల్లి
తిరుగుళ్ల పురమేలు నరపతి నారసింహారెడ్డి యేసతికన్నగారు
రాజమాన్యుఁడు మేటితేజోయుతుండు లక్ష్మారెడ్డి యేజగన్మాన్యతమ్ముఁ

తే॥గీ॥ పట్టి శ్రీబుచ్చమాంబ గోపాంబ వీర
లిరువురును భార్యలై తనకెసక మెసఁగ
భోగదేవేంద్రుఁడై వృద్ధిఁబొందనోర
శ్రీయుతుండు లక్ష్మారెడ్డి ధీయుతుండు. ౨౫

క్షీరనీరవిధమ్మునఁ జెలిమిఁ గలిగి
దంబతులు బుచ్చమకును గోపాలకకును. ౫౬

క॥ ఆలక్ష్మా రెడ్డియు మఱి
యాలలనలలోన బుచ్చమాంబయును లస
చ్ఛీలుర మువ్వురుగొమరుల
బాలిక నొక్కర్తుఁ గని రపారయశస్కుల్. ౫౭

క॥ శ్రీలక్ష్మీదేవియను న
బ్బాలిక తనపేరు సార్థపటిమ వహింపన్
బాల శశిరేఖయో యనఁ
గా లలివృద్ధిం దనర్చెఁ గళలలరారన్. ౫౮

ఉ॥ ఆలలనా లలామ సుగుణాకరుఁడౌ గదవాలరామభూ
పాలునకిచ్చి పెండిలి యపారముదమ్మునఁ జేసె; రామె స
చ్ఛీలము తన్మనోహరు ప్రసిద్ధియు నీగియు నిర్ణయింపఁగాఁ
జాలుట మాకు కాదు జలజాతభవాదులకే నశక్యమా. ౫౯

తే॥గీ॥ ఈ మేకన్నను జిన్నలై యెల్ల సుగుణ
ములను సెవ్వరికన్నను మొదటివార
లగుచు వలరారుచుండ్రి రాజావనీంద్రుఁ
డును మఱియుఁ దిమ్మనృపతియు ననుపమితులు. ౬౦

క॥ ఇరువురు విద్యలలో ఘను
లిరువురు నాకారవంతు లిరువురు నన్నన్
గురుభక్తిఁ గొల్చు గురుయశు
లిరువురు సంతానవంతు లిరువురు శాంతుల్. ౬౧

నై రామారెడ్డి మహా
ధీరుఁడు గంభీరుఁడును సుకీర్తిసాంద్రుఁడునై. ౯౭

తే.గీ. పారసీభాష నెక్కుడు పండితుం డ
రేబియన్ భాషలోన సుశిక్షితుండు
తెల్గునం దెంతకేనియుఁ దెల్విగల్గు
వాఁడు వినయాదిగుణముల వీడితండు. ౯౮

ఆ॥వె॥ ధర్మసుతునకేనిఁ దప్పు వెదకవచ్చుఁ
గాని యితనియెడలఁ గానరాదు
ఇంత శాంతి దాంతి యింత యనుద్ధతి
యింత యోగ్యతయు మరెందు లేదు. ౯౯

తే. గీ. కప్రలతో స్నేహమొనరించు ఘనుఁడతండు
కవులతో స్నేహమొనరించు ఘనుఁడితండు
భేదమిట్టిది యొక్కింత లేదయేని
రామవిభుఁ డనవచ్చు నీ రామవిభుని. ౧౦౦

క. ఆరాముఁ డనంతాసుత
గారామునఁ బెండ్లియాడెఁగా; రాముఁడితం
డారామతల్లి పేరిఁటి
నారీమణిఁ బెండ్లియాడె నయవినయయుతన్. ౧౦౧

క. ఎంతేనిఁ దనదు పెద్దలు
సంతసమునఁ బొదల రామజనపతి యాయా
ప్తుంతుని సుశ్రీమంతు న
నంతాంబికయందుఁ గనె ననంతారెడ్డిన్. ౧౦౨

సీ. ఏతాదృశగుణాళిచేతఁ బొల్చెడివాని కతులిత వైభవం బలరువాని
కీర్తిచేఁ బ్రఖ్యాతి నెనసి వర్తిలువాని కతిశుద్ధమగు చిత్త మమరువాని
కధికమౌ రసికత కాధారమగువాని కఖిలవిద్యాశాలి యైనవాని
కెనలేని వినయంపు గనియైనవానికి ధైర్య మెక్కుడు గల్గి తనరువాని

గీ. కభ్యుదయములు గల్గెడు నట్లు మేము
బుధులు ముదమందు గతిఁజేయఁబూను లక్ష్
ణాపరిణయమనెడి ప్రబంధమ్మునకుఁ గ
థాక్రమం బివ్విధమ్మునఁ దనరుచుండు.

---:o:---

 [illegible]

ఉ. దాత శుభానుభావుఁడు బుధప్రతతిం గరఁగించు వాఁడు ని
ర్ణేత సమస్తవిద్యల, కనింద్యచరిత్రుఁ డపాస్తశత్రుఁ డు
ద్ధూతసమస్తకల్మషుఁడు దూరవిచారణశీలుఁ డుత్తమ
ఖ్యాతిసమేతుఁ డాన్నృపతికాంతునిఁ బోలఁగఁ జాల రొండొరుల్. ౨

సీ. ప్రతిలేనిసంపత్తిఁ బరిఢవిల్లుటెకాదు విద్యా విశేషముల్ వెలయువాఁడు
అనుపమానఖ్యాతి నలిరేయిల్లుటెకాదు వినయాతిశయము శోభిల్లువాఁడు
అధికప్రతాపమ్మునంది యుండుటెకాదు శాంతి దాంతులను మెచ్చఁదగువాఁడు
అప్రతిమాకృతి ననుగమించుటెకాదు తల్లిఁగాఁ బరభార్యఁ దలఁచువాఁడు

తే.గీ. సకలసుకవిచకోరకనికరపూర్ణ
మాతుషారకరాయితామందవితర
ణక్రియాశాలి రాజన్యచక్రమాళి
మానితపదద్వయుఁడు బృహత్సేనవిభుఁడు ౩

సీ. సుకవి వచ్చెనటన్నఁ జూడనంపుటెకాని మనకేమియని యూరకొనుటలేదు
విద్వాంసుఁ డనియన్నఁ బిల్వనంపుటెకాని పోనిమ్మనుట మొట్టమొదలె లేదు
గాయకుం డనియన్న గారవించుటెకాని నాస్తి పొమ్మనుట స్వప్నమునలేదు
యాచకుం డనియన్న నాదరించుటెకాని యీసడించుట యెన్నఁడేని లేదు

తే.గీ. ఎన్నిసార్లైన నడిగిన నిచ్చుచుంటె
కాని సున్నిడుటొక్కమాటైన లేదు
అనృతమాడుట మందునకైన లేదు
**ఏనృపులుసాటి యా బృహత్సేనపతికి!** ౪

వార యరయ హస్తిమశక వైఖరి నొప్పఁగ. ౬

తే. గీ. ఆసరోజాక్షి పుట్టినయది మొదలుగ
నఖిలశుభలక్షణమ్ముల నలరుకతన
లక్షణ యటంచుఁబల్కి రెల్లరును నత్త
లోదరీలక్షణమ్ము లెంత యొప్పునొక్కొ! ౭

తే. గీ. ఆమగువ జన్మనక్షత్రమేమొ కాని
పుట్టినదిగోలె శ్రీకృష్ణు పుణ్యకథలు
వినఁగ మది ముచ్చటంబడు వెన్నుఁడన్న
మాట విన్నంతమాత్ర సమ్మదము చూపు. ౮

ఉ. ఆ యెలనాఁగ శైశవమునందున మేల్ రతనంపుఁ దొట్టెలోఁ
బాయనికూర్మినుంచి తగుపాటలు పాడెడివేళ "లాలి కృ
ష్ణా" యన నాలకించి వదనాంబుజ మంకురితస్మితమ్ముగాఁ
గోయని మించి యాడునఁట, కోమలి జన్మవిశేష మెట్టిదో! ౯

తే. గీ. పలు పలుకులేల, గరుడపక్షులు సయితము
సహజమగు కూజితమునఁ గృష్ణా యటన్న
నాలకించి వినోదాబ్ధి నోలలాడు
మతులెవరికైనఁ గర్ణాను గతులు గాన! ౧౦

క. కేవలలక్షణయయ్యును
నావెలఁదుక సర్వలక్షణాలంకార
శ్రీవెలయ సలక్షణయనఁ
గా వృద్ధింజెందె శోభకర రేఖ యనన్. ౧౧

నడుము నానాఁటికి సాదారుగాఁదోఁచెఁ దొడలయందునఁ బుష్టి దొలకరించె
వాతెఱ వేఱొక్క వైఖరిఁ గననయ్యెఁ జాతురి పల్కుల నూఁతగొనియె

తే. గీ. నంతకంతకు లావణ్యమతిశయించె
వింతవింత పనులయందు వేడ్క దొడరె
నంతిపురమున నుండు టభ్యాసమయ్యెఁ
గంతునకుఁ గాఁపురంబయ్యె నింతిమేను. ౧౩

తే. గీ. జాలుముడి వైపఁ గటిపైఁ బచారుసేయు
జడఘుటించిన మడమలఁ దొడరియాడుఁ
గొప్పువెట్టినఁ దలకన్న గొప్పగాంచుఁ
జొల్లెమిడుటొప్పదే యట్టి సుదతి కురుల. ౧౪

మ. పరివేషమ్ములుగట్టి పూఁగశకలప్రాయమ్ములై యంత బం
గరుగోలీల నతిక్రమించి లికుచాకారమ్ములై పిమ్మటన్
సరసీజమ్ములమీఱి గట్టిపడి విన్నాణంపు బల్కొప్పులై
పరిమాణింప నశక్యమై యెసఁగె నప్పద్మాక్షి వక్షోజముల్. ౧౫

క. రదములను మల్లెమొగ్గలు
పాదలన్ లేఁజన్నులనెడి పూవుంగుత్తుల్
గదియ నునుఁ బల్కు కోయిల
రొదలొదవఁగఁ బుష్పసమయరూఢిన్ దనరెన్. ౧౬

క. అంత వసంతము సంతత
దంతురితలతాంతమొప్పె దాంతవిరహిహృ
త్కృంతన మల్లికాంతసకలా
శాంతము సంతోషకరనిశాంతలబురుమన్. ౧౭

తొలఁగన్ గాంతలకు నిశలు దుర్దశలయ్యెన్. ౧౯

ఉ. మామిడిపండ్లు పానకము మంజులతన్ దగు నిక్షుఖండముల్
భూమిసురాగ్రగణ్యులకుఁ బూర్ణముగానిడి చందనమ్ము మై
నోమియు వీవనల్ విసరియున్ దనియింతురు పుణ్యవంతు ల
య్యామనియందు మాధవున కాదర మెంతయు మేదురమ్ముగన్. ౨౦

క. అట్టియెడ బృహత్సేనుఁడు
దట్టములగు చూతములను దనరారి మణీ
కుట్టితకుట్టిమ మై బల్
పెట్టెన్నెట్టఁ దగునట్టి విరి లేఁదోఁటన్. ౨౧

చ. చరమధరాధరమ్మునకు సన్నిధిలో నొకయింత దవ్వునన్
సరసిజమిత్రుఁడుండ భటసంఘము గొల్వఁగ నేగి వట్టివే
ళ్లరుచి నెసంగి సర్వశుభలక్షితమై యలరారునట్టి చ
ప్పరమునఁ గూరుచుండెఁ దగు పండితమండలి చుట్టువాఱఁగన్. ౨౨

ఉ. గాయకి గానముల్ సెలఁగఁగా రమణీయధనాంగనామణీ
గేయవిలాసనాట్యములొగిన్ మిగులన్ దగ స్వస్తివాచకా
గ్రియులు వేదఘోష మొనరింప నిలింపులకింపు నింపు న
ట్లాయతమైన సంపదల నానృపుఁడంత వదాన్యమౌళియై. ౨౩

మ. మణులన్ వజ్రములన్ మహాంబరములన్ మధ్వాదులన్ మేటిద
క్షిణలన్ భూసురవర్గమున్ దనుపుచున్ గేల్మోడ్చి యవ్వారికిన్
బ్రణతుల్ సల్పుచు వీవనల్ విసరుచున్ జాతీరపంకంబు వీ
క్షణరమ్యంబుగఁ బూయుచున్ స్రజములన్ గంతమ్ములన్ వైచుచున్. ౨౪

ఆ వ్రమా ఆ వ్రదజనమ్ములు
సామోదరసార్ధిఁదేలు నాసమయమునన్. ౨౬

సీ. కాషాయ వస్త్రమ్ము కటితటమ్మునఁ గ్రాలఁ గాయమంతయు భూతి గడలుకొనఁగఁ
త్రిదశాపగామృత్తు నుదుటిపైఁ జెలువార మస్తకమ్మున జటామకుట మొలయ
దండకమండలుద్వయము కేలనెసంగఁ బాదమ్ములందుఁ బావాలు దనరఁ
బేరురమ్మునఁ బద్మబీజమాలయెలర్ప వీణియ బుజముపై రాణనింప

తే. గీ. నంబరమునుండి కృష్ణకృష్ణా యటంచు
సరససంగీతభంగీతసంగతులను
బాడియాడుచు నానందభరితుఁడగుచు
వచ్చె నారదుఁడా నృపవరునికడకు. ౨౭

ఉ. వచ్చినమౌనిఁ గాంచి సభవార లవారణగౌరవంబు పై
పెచ్చుగ లేచి; రంతఁ బృథివీపతికల్పితపూజ కెంతయున్
మెచ్చి మునీంద్రుఁ డాదరము మేకొనఁ దన్నృపమాళిద త్తమౌ
పచ్చలగద్దెపై హరినిఁ బాడుచు వేడుక పిచ్చలింపఁగన్. ౨౮

వ. సుఖాసీనుండై.

ఉ. "నందకుమార! భక్తజననారకతారక! ద్వారకాపురీ
నందనచందనద్రుమ! సనాతననూతనగోపసుందరీ
బృందమిళింద! బంధురపరీమళధామమరంద! నీకిదే
వందనముల్ పదింబదిగ వందలువేలు పురందరార్చితా! ౨౯

ఉ. ఇందుముఖీముఖాంబుజ! జగదీశ! రమేశ! విధీశనుత్యా! ని
ష్పందదయాకటాక్షవిశాల! పరిపాలితసన్మునిజాల! సన్మనో

మ. అలినీలాలక భీష్మకన్య తొడపై నానందముం దెల్ప లీ
లలు చెన్నారఁగ సత్యభామ మధురాలాపమ్ములం దేల్ప ని
చ్చలు పైపెచ్చుగ నాసుదంత విడెముల్ జానొప్పనందీయ మె
చ్చులకున్ మెచ్చులొసంగు నీవిహృతికిన్ జోహారు జోడించెదన్. ౩౨

శా. కోకల్ చంకను బెట్టి గూఢగతిఁ దళ్కుంగొల్ల యిల్లాండ్ర బల్
వీఁకన్ పంచనచేసి పొన్నపయికిన్ వేంచేసి కూర్చుండి త
ద్రాకాపూర్ణనిశాకరాననల మర్మంబుల్ విలోకించు "నీ
జోకల్ లోకము మెచ్చుపోక" లనుచున్ జోడించి కేల్మోడ్చెదన్. ౩౩

శా. రాకాచంద్రికసన్మయూఖలతిమిళన్ జేరి కాళిందిలో
నేకాంతమ్ముగ గొల్లచేడియలతో నిచ్చల్ పిసాళింపఁ గో
క్కోకాచారము దప్పకుండ ననుఁగుం గోపాలకుల్ సూడ స్వే
చ్ఛాకాంతంబయియొప్పు నీదయిన రాసక్రీడ కేమ్రొక్కెదన్." ౩౪

క. అని మాటిమాటికిని న
వ్వనజాక్షుని చర్యలెల్ల వర్ణించుచు భ
క్తినిమీలితలోచనుఁడై
ముని వీణియమీఁటె రసము మోటలుగట్టన్. ౩౫

క. నెట్టికొని నారదుఁడు రస
ముట్టిపడన్ జలజనయను నోగిఁబొగడఁగ న
ప్పట్టున బృహత్సేనుని
పట్టి వినిరెడు సలపుకొంత పయిపముఁబొంగన్, ౩౬

వ. ఇమ్మెట నారదుండును బృహత్సేనుండును గొంతవడి సుచిత్ర చరిసంగమ్ములఁ గాలమ్ముఁ బుచ్చుచుండి రట్టియెడ నమ్ముని కెలననున్న లక్షణం గాంచి స్మృపున కిట్లనియె.

మనిచిన నవ్వానికిచ్చి పెండ్లియొనర్తున్." ౩౯

చ. అనవుడు హానియిట్లను "ధరాధిప! మానులమైనమాకు న
చ్చినపురుషుండు ప్రాకృతులు సెప్పెడివారలఁబోలె మీకు న
చ్చునొ, యటుగాదొ! నామదికిఁజొప్పడువాని వచింతు నాతఁ డి
క్కనకనిభాంగికిం దగినకాంతుఁడటంచుఁ దలంతుఁగాంతయున్. ౪౦

ఉ. ద్వారక నేలువాఁడు సముదారగుణాఢ్యుఁడు మేలువాఁడు వా
కారము చెప్ప నేల! రతికాంతునిఁగన్న మనోహరుండు దు
ర్వారరిపుప్రకాండమదభంజనుఁ డాతనికన్న మేటి యీ
ధారుణిఁగాదు నాకముఖధామము లందుఁ గనన్ వినన్ జుమీ, ౪౧

ఉ. ఆతని కాతఁడే ప్రతి సమస్తవిధమ్ములఁ ద్వత్కుమారికా
రీతియుఁజూడ నాతనివరింపఁగ నెంచెడియట్లు తోఁచు మే
లీతరుణీశిరోమణికి నీడతఁ, డాపరిభూతశంబరా
రాతికి జోడు నీతనయ రాజవరేణ్య! యెఱుంగఁజెప్పితిన్, ౪౨

క. కాని యొకసందియము కల
దీనరలోకాధిపతుల కెల్లరకును వ
మ్మానిజననుతుఁడు గొల్లఁడు
గాని నృపుఁడు గాఁడటంచుఁ, గలది వచింతున్. ౪౩

క. నారాయణుండు ధరణీ
భారము వారింప యాదవకులమ్మునఁ జె
న్నారన్ గృష్ణుండన నీ
కారసి తెల్పితిని గడురహస్యంబైనన్. ౪౪

జేకొనునట్లుగాఁ బ్రీతినచేయు ముపాయము న్యాయ్యమైతగన్. ౪౬

ఉ. దానికిఁ గృష్ణుఁడొక్కరుఁడు దక్కఁ దదన్యు లశక్తు; లాతఁ డ
మ్మీని జలమ్మునందుఁగని యుప్పరపీదిని మత్స్యయంత్రముం
బోనరుకంగలాఁ డతని పోడిమి యన్యుల కబ్బనేర్చునే
యానరరథ్యచోదకునికడ్డము! యెంతటి రాజచంద్రులున్. ౪౭

మ. జయలక్ష్మీలలనామనోహరుఁడు కృష్ణస్వామి నీపుత్రికిన్
బ్రియుఁడై యొప్పెడి నిక్కమియ్యది నృపుల్ పేపెత్తిపైవచ్చినన్
లయమందింపఁగఁజాలకున్నె ? శిశుపాలధ్వంసి నీకేల ని
ర్భయమారీతి నొనర్పుమిట్లు, శుభముల్ వాటిల్లు నాయానతిన్. " ౪౮

క. అనుపలుకులు విని నృపవరుఁ
డనుమోదముచెందె మానియరిగెం దనయి
చ్ఛను; లక్షణకున్ మన మ
మ్మనసిజజనకుపయి మాటిమాటికి ప్రాలెన్. ౪౯

తే. గీ. అంత నరపతి పురమునకరిగె; లక్ష
ణాంగనామణి యంతఃపురాంతరమున
కేగెఁ; జెలికత్తెలందఱు నిండ్లుచేరి;
డరుణుఁ డరుణప్రభాంకితకిరణుఁడయ్యె. ౫౦

—: ఆ శ్వా సాం త ప ద్య ము లు. :—

——:o:——

క. శార్ఙ్గీభాషాప్రజ్ఞో
త్కర్షాకర్షితయశోధికా! శంకరసం.

లోకనైకప్రియా! లోలుక్షత్వాప్రియా!

**పంచచామరము.**

ధరామరస్థిరాదరా! వృథావిధోక్త్యనాదరా!
నిరంతరాసురక్తి చిహ్నా! నిత్యపోషితప్రజా!
పరాభిధేయవస్తుతత్త్వపండితా! యశోన్వితా!
ధరాపరేశ్వరా! సమస్తధర్మమర్మభాస్వరా!

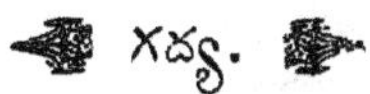

గద్య.

ఇది... శ్రీ తిరుపతివేంకటీయ లక్ష్మణా పరిణయంబను
మహాప్రబంధమ్మునందుఁ బ్రథమాశ్వాసము

——:o:——

కర! లోకోన్నతసుగు
ణాకర! యావనకలావిహార! సుకవితా
పాకవివేకముగల కవి
రాకకలరు వేల్పుగిడ్డి! రామారెడ్డీ!

తే.గీ. అపధరింపు ఘనంతరంబబ్జబంధు
నందు రాగాతిశయ మెక్కుడై చెలంగె
స్వగతుఁడగు హరి వరుఁగఁగోర గమకించు
లక్షణకు గల రక్తిఁదెల్పెనో యనంగ. ౧

క. అంబుజబంధుఁడు పూర్ణత
రంబై యర్ధమయి కొంతరాణించియు సూ
క్ష్మంబై తగు బింబమునఁ గ్రి
మంబుగఁదాఁ బశ్చిమాద్రిమాటున కరిగెన్. ౨

క. హరిదశ్వుఁడు తనగృహమున
కరుదెంచె నటంచుఁ బశ్చిమాంబుధి మణులన్
గరమునఁ గానుకొసంగఁ ద
దరుణచ్ఛవిఁ బొల్చెననఁగ నరుణుం డెసఁగెన్. ౩

తే.గీ. పశ్చిమాచలమునఁ గాంతి పరిఢవిల్లెఁ
గాని తూరుపుఁగొండ రిక్తదశనందె;
"నొకఁడు చెడిపోవుపైఁగాని యొకఁడు బాగు
పడుటలే" దని జను లాడుపలుకు నిజము. ౪

స్త్రంబుల సంపుటంబులు వాసంగ గృహంబుల కగు దంచ, ం
భ్రింబున సంజ తగ్గె, విరఁబాటెఁ దమంబు క్రమంబుగా దెసల్. ౭

తే.గీ. కొండలన్నియుఁ గాటుకకొండలయ్యెఁ
చెట్టులన్నియుఁ జీఁకటిచెట్టులయ్యెఁ
బండులన్నియు నేరెడు పండులయ్యె
నేమనఁగవచ్చుఁ దామసిదీమసంబు! ౮

ఆ.వె. జలజజలజబంధుశరదాభ్రములయందుఁ
గలుగు రాగమెల్లఁ గలసి జార
జారిణీమనఃప్రచారంబు గావింపఁ
బోలు లేకయున్నఁ బోవు టెట్లు. ౯

తే.గీ. గగన మను గని పెకలించి కాలపురుషుఁ
డందుఁగల వజ్రములఁ బయి నమరఁబెట్టు
చున్న పోలికఁ గ్రమముగా నొక్కటొకటి
గాఁబ్రకాశించెఁ దారక ల్గములుగట్టి. ౧౦

ఉ. వెలవెలఁబాటెఁ దూర్పుదెస వేవిళు లొప్పినమీఁద గర్భిణీ
లలన మొగంబువోలె; శుభలక్షణలక్షితుఁడై దిగంగనా
తిలకముసొంపునందగి ప్రతిక్షణవర్ధిత కాంతిసంపదల్
చెలఁగఁగఁ జందురుండు వొడిచెన్ సగపాలుతమం బడంగఁగన్. ౧౧

క. కలువలపాలిటి పున్నము
కులుకుంజవరాండ్రపాలి కోర్కె గజదోం
గలపాలిటి మృత్యువు వె
న్నెలరాయఁడు వెలిఁగె విరహిణీశత్రుం డై. ౧౨

యేరికేనియు నమవస యేఁగుమీఁద
రాణ నెసఁగెడి పున్నమ రాకపోదు. ౧౪

వ. ఇట్లు చంద్రుఁడు విజృంభించుటయు.

ఉ. "నారదుఁడేలవచ్చె? జననాయకు మ్రోలకు, వచ్చెఁగాక తా
మారునిఁగన్న సుందరునిమాటల నెత్తఁగనేల? యెత్తెఁగా
కారమణీమనోహరునియందము నామది కెక్కనేల? "నా
కోరిక దీర్చువారెవరొకో? యిపు" డంచు మదిం దలంచుచున్. ౧౫

మ. "అనురాగంబది కన్నుఁగానదు, మనంబా మిఱ్ఱుపల్లమ్ములన్
గనకెచ్చోటకునైన నేగు, నిఁక వేడ్కల్ మంచియున్ జెడ్డయున్
మునుపే నేరవు, మన్మథుండు చపలాత్ముం డెంతయు న్మూర్ఖుఁ డం
గనలన్ లోకువఁజేసి మీఁదఁబడు శక్యంబే నివారింపఁగన్?" ౧౬

క. అని పలుఁదెఱఁగుల మనమున
జననాయకపుత్రి ప్రబలసంశయడోలా
వినిహితమగు తనహితమున
కనుమతలగు చెలులులేమి నటుచూచుతఱిన్. ౧౭

ఉ. నెచ్చెలులేగుదెంచి ధరణీశ్వరపుత్రిఁ గాంచి తద్వ్యథం
బచ్చుపడంగ నెంచి ప్రియమారఁగ దగ్గఱఁజేరి యొంతయున్
బొచ్చెములేనికూర్మి పొలుపున్ దెలుపన్ విరహాగ్ని పైపయిన్
హెచ్చఁగఁ బచ్చవింటిదొర హెచ్చులునున్ బయిపెచ్చులెత్తఁగన్. ౧౮

క. పొదలుటకు సంశయించుచు
మదిశకుఁ దామిట్టులనిరి ముద్దియలు "బళి
యిదియేమివింత! తాపా
స్పదమయ్యె లతాంగి మేను తృణకాలమునన్. ౧౯

బైవారమె? యేము నీకుఁ బద్మదళాక్షీ. ౨౧

క. కావున నీ సెమ్మదిఁగల
యావత్సంగతులు చెప్పు మందుంగల కా
ర్యావసరము గనుఁగొందము
నీవారికిఁ దెలియకుండ నీరజనేత్రా. ౨౨

వ. అని గ్రుచ్చి గ్రుచ్చియడుగు నెచ్చెలుల కచ్చెలిమిన్న గ్రన్నన నిట్లనియె. ౨౩

ఉ. చెప్పెడిదేమి నాకుఁగలచేవయుఁ దోవయు మీరకాదె? మీ
యొప్పనికార్యమందు మదినుంచెడిదాననె? మీకుఁజెప్పటల్
తప్పునె? తప్పుగల్గునె? విధావమెఱింగిన ప్రోడలైన మీ
రెప్పని సేయఁజాల? రిది యెంతటికార్యము మీరుపూనినన్. ౨౪

ఉ. నారదమౌని వచ్చి జననాయకుముందరఁ గృష్ణచర్య లిం
పార విపంచికారవము హాయిగఁగూర్చి వచింపఁ జెంచె న
మ్మారుఁడు నామనంబు పలుమాఱు శరమ్ములనించినించి, యో
సారసగంధులార! యొకసక్కెము చేసెదరేమొ? నెమ్మదిన్. ౨౫

చ. అవనివరుండు నమ్మునివరాగ్రణియాన స్వయంవరమ్మునే
యవలయునంచు నెంచె నపుడామురవైరి యనుగ్రహించి యీ
యువనికిరాకయున్న మన మావలఁజేసెడిదేమి? వానికొ
క్కవిషయమౌనె? నావలపుకాంతలు వేనకువేలు గల్గఁగన్. ౨౬

సీ. ఎదుటఁగొమ్మదిగక నెమ్మదికెక్కు చెలుతక్కులోదవించు రుక్మిణీయువతి కన్నఁ
దోడఁజేరికడుమీఱి గడిదేరి ప్రోడయై ప్రేమచూపెడి సత్యభామకన్న,

మున్నదానవో? యేను దామోదరునకు. ౨౭

వ. అని పట్టరాని తమకమ్మున నెట్టకేలకు గుట్టుచెడి వెట్టగదుర నెట్టుకొని యిట్టు నట్టును దోఁపమిఁ దనలో, ౨౮

సీ. ఆరుక్మిణీదేవి కధరంబవైతేని యధరమా! తదధరసుధలభించు
నాసత్యభామకు హస్తంబవైతేని హస్తమా! యతని కేలంటఁగల్గు
నాజాంబవతికి వక్షోజంబవేని వక్షోజమా! తన్నఖాంకురము లొలయు
నాసుదంతకుఁ గన్నులై జనించితిరేనిఁ గనులార! యతనిఁ గన్గొనఁగనబ్బు;

తే.గీ. తుదకు నొక గొల్లసుదతికిఁ బదములైతి
రేని చరణమ్ములార! యా కేళిమాళి
మానన లభించు నారీతిమాని నన్ను
నాశ్రయించితి రేమి భాగ్యమ్ము గల్గె? ౨౯

ఉ. ఎంతటిసోయగంబొ? మఱియెంతటి చక్కని చాకచక్యమో?
యెంతటి వింతసంతసమొ? యెంతమనోహరతావిశేషమో
యెంతటి తీవియో? మఱియు నెంతకు నెంతయుఁగాక యున్న న
క్కాంతలు వన్యకాంతలును గంతుని మంతనమందు నుంతురే. ౩౦

మ. మదనుం దిట్టఁగరాదు, కోయిలలతో మారొడ్డఁగారాదు, నె
మ్మది హారింపఁగరాదు, కోర్కెలపసన్ మర్దింపఁగారాదు, దు
ర్మదముం గ్రింకుగఁజేయరాదు, తనకామం బన్యులౌవారితో
మొదలే చెప్పఁగరాదు కష్టమకదా, పూఁబోడిరైపుట్టుటల్! ౩౧

క. మదనా! నీకిది యెంతయు
వదనా? నీవంటివాని కశదలఖిాఁదక్

క. కలసిమెలసి చెలరేఁగెడి
తలునీతలునులకు వలపుతలఁపులు పైపై
నొలయించినఁ గలుగును నీ
కిలఁ జలనము లేనికీర్తు లిక్షుశరాసా. ౩౩

చ. భుజములు తీటపట్టినను బోరఁగరాదె, పురారితోడ? నీ
రజముఖులా? భవచ్ఛితశరమ్ములదాడికిఁ దాళువారు; నీ
విజయ మెఱుంగవే? యజుఁడు విష్ణుఁడు రుద్రుఁడు నీకు దాసులౌ
ర! జగము లెల్లఁగెల్చి యొకరాముపయిం దగునా? ప్రతాపముల్. ౩౪.

శా. రాజీవంబ యటంచు వైచెదవు తద్రాజీవముల్ జీవమా
రా జాగేల? యటంచు జీవమును గ్రూరంబై వెలింజేయు నో
రాజీవాస్త్ర! భవద్వినోదములు మార్జాలంపు సయ్యాటలై
రాజీవాత్ముల సేచుచున్న విధి ధర్మంబౌనె? నీబోఁటికిన్. ౩౫

వ. అని చంద్రు నుద్దేశించి,

తే.గీ. తండ్రి జీవనదాత నీధాము మెన్న
జీవనదమార్గ మాకృతిలేవి జీవ
నస్వరూపమ్ము నీకు ననాథజీవ
నాపహరణంబు యుక్తమగునా? శశాంక! ౩౬

తే.గీ పంకజములకు నీకును బద్ధవైర
మట్టి పంకజసాయకు ననుసరించి
చేవచూపెద వౌర! రాజీవవైరి
పరమశత్రులు గలసినఁ బ్రతుకఁదరమె ౩౭

గడలక నెత్తికెక్కు నిమఁ గాదనఁ డాగ్రహమూనఁ డక్కటా
మది నొకలింగధారి వని మాటికిఁ దా నభిమాన మూనెనో. ౪౦

క. అని చందురునిం బలుకుచు
గినిసి పలికి చెవులు చించు కీరమ్ముల మిం
చినగతిఁ గేరెడి పికములఁ
గను లెఱ్ఱఁగఁజేసి యనిలుఁ గని యిట్లనియెన్. ౪౧

క. చలమూన కేల? మలయా
చలమారుతమా! వియోగచలమానసులన్
బలమూఱఁజేయు టిదియొక
బలమా? కలమాట తెల్పు పక్షికులఫలమా. ౪౨

ఉ. ఈగతి దూఱిదూఱి యొక యింతయుఁ దాళఁగలేక మూర్ఛవో
గాఁ గని నెచ్చెలుల్ చలువగందము గుబ్బలఁబూసి శీతలో
ద్యోగము లెన్నియేనియును దోఁచినపట్టు నొనర్చి తేర్చి యిం
కేగతి నిర్వహింతు మని యెంచి తలంచుచు నున్నయంతటన్. ౪౩

తే.గీ. కెలనఁ బంజరమున నున్న చిలుక పలికె
"నేల యీలీల యోజింప నేనుగల్గఁ?
గృష్ణు నెఱుఁగనో? ద్వారక కేగలేనో?
కార్యమును బొత్తుపఱచెడి గతు లెఱుఁగనో? ౪౪

ఉ. మున్నొకనాఁడు చూచితిని ముచ్చటమీఱఁగ ద్వారకాపురం
బన్నగవైరిప్రోలు నగజాధిపువీడు రమేశురాజధా
ని న్నగఁజాలు నన్నగరి నిచ్చలుఁ గాఁపురమున్న భూసురుల్
జన్నములందుఁ బ్రోడలు విశాలయశుల్ నిగమాంతకోవిదుల్. ౪౫

చదువుల కిక్కలగు బ్రహ్మచారులు నగరిన్. ౪౭

ఉ. కత్తులపైఁ బరీక్షనిడఁగాఁదగు వేదము, శాస్త్రమన్న వి
చిత్తమువచ్చినంత యిఁకఁ జెప్పెడిదేమి, కవిత్వమన్న చే
రెత్తి జయింపశక్యమె మఱెవ్వరికేని, సమస్త విద్యల
ప్పత్తనభూసురాగ్రణుల పాలనరాదె? మఱింతయేటికిన్. ౪౮

ఉ. రాజులకేమి? సంపదల రాజిలు వారలులేరె? పత్తనిన్
రాజులు నిర్జితప్రతిభటరాజులు రక్షితవేదశాస్త్రవి
ద్రాజులు సమ్మదాయితవరాజులు సంపదలందు మేటి రా
రాజులు కీర్తినిర్మలితరాజులు రాజులు భోగసంపదన్. ౪౯

తే. గీ. కోమటులసంపదలను చేర్కొనఁగనేల
యాదియంతమ్ము నొందియు నాదియంత
మును గనక మధ్యమమ్మైలెచను నసేక
ములు మణులు వజ్రములు రత్నములును నెలమి. ౫౦

తే. గీ. విష్ణుపదజులు సదసద్వివేక మెఱిఁగి
తగు ననంతాప్తిచే మహోదయముగాంచి
విధుని సంసేవనముగల్గి విధివిహితగ
తుల నతులవైఖరుల నొప్పుదురు పురమున. ౫౧

ఉ. అప్పురి వారకామినుల యందము చంద మటుండనిండు జల్
తుప్పలుగా ధనంబు పదికోటు లొసంగినఁగాని నీచునిన్
జెప్పలు విప్పిచూడరు సరేకద! విద్యలునూపు ద్రవ్యమున్
గొప్పగ సంగ్రహించి యనుకూలురఁగూడి సుఖింతురెంతయున్. ౫౨

[illegible]
దాివములా! మనోహరము తత్పుర మెన్నిఁట కెన్ని చూచినన్. ౫౪

క. ఆపురము నేలికొనెడి మ
హాపురుషుఁడు కాఁడె? కృష్ణుఁ డనఁగ, నతనితో
రూపమున నన్యవిధమున,
నేపురుషులు సాటివత్తు రే భువనమునన్.

సీ. పురిటింటనున్నయప్పుడ పూతననుగొట్టి మేటివిఖ్యాతిచే మించినాఁడు
అతిబాల్యమైన ప్రాయమున మద్దులఁగూల్చి యందరాని యశమ్ము నందినాఁడు
అంతకింతైన ప్రాయమ్మలోనన దావదవము మ్రింగి ప్రశస్తి దవిలినాఁడు,
అంతకొక్కింత హెచ్చైన ప్రాయముననే నగమెత్తి సత్కీర్తి నెగడినాఁడు

తే. గీ. కాళియాహిమదం బడగంగఁ ద్రొక్కెఁ
గంసు హింసించెఁ, దనవారి కష్ట ముడిపెఁ,
బెండ్లియాడెఁ, గుచేలుఁ గుబేరుఁ జేసె,
నాతఁ డగుఁగాదె? శ్రీకృష్ణుఁ డతివలార! ౫౫

క. పదియాఱువేల చెలులకు
మధనుండై వెన్న పెరుఁగు మఱపించి ముదం
బొదవఁగఁ దిని బలిసిన క్రో
విదమాన్యుఁ డతండు గుఱుతు వేఱొక సేలా. ౫౬

ఉ. ఆతని చిత్రమేమొ యొకఁడయ్యును నందఱ కన్ని రూపులై
పేర్మిల సౌఖ్యఁ జేయుచును వేయివిధమ్ముల మెప్పులందితఁ
చ్ఛేతములందు నెప్పుడు వసించు నటించును జెప్పవింటి మా
జ్ఞాతులఁ జూడఁబోము యొకనాఁడు నిజమ్ముగ నమ్ముఁ డింతయున్." ౫౭

గలుపద యుక్కయించ [illegible]
స్థలముల కేగఁజెల్లునె? వెసన్ మఱియొక్కరి కెంతవారికిన్. ౬౦

శా. ద్వారమ్ముల్ పనిలేదు కోటలనినన్ దాఁటుల్ తదంతస్థ్సితో
గారంబుల్ సార శంకలేదు పులుఁగుల్ గా కిట్టికార్యమ్ము లె
వ్వారల్ దీర్పఁగలారు? నీ మనమునన్ బాటిల్లు తాపమ్ము నీ
కీరాగ్రేసరుతోడఁ జెప్పఁదగదే? కీరేశ్వరాలాపినీ. ౬౧

ఉ. అమ్మరో! యిట్టికార్యముల యందిటు జాగొనరింపరాదు వే
గమ్ముగ నీమనోరథము గాదిలిచిల్కకుఁ జెప్పిపంపు జా
లమ్మొనరింపఁబోకుము విలంబము చెట్టియగున్ "శుభస్యశీ
ఘ్రమ్" మ్మని చెప్పినన్ వినవుగా, తడవాయె నిశీథమేగెడిన్." ౬౨

క. అని మాటిమాటికిని బో
ధనచేసెడి చెలుల వినువు దనరఁగఁ గని నె
క్కొని మఱియు మఱియు బోధిం
చిన మెల్లనఁ జిల్కతోడఁ జెలి యిట్లనియెన్. ౬౩

క. రమ్మనుమీ, సైపుట భా
రమ్మనుమీ, విరహ మతిభరమ్మనుమీ, వా
రమ్మనుమీ వ్యవధి, నుదూ
రమ్మనుమీ పురి, స్వయంవర మ్మనుమి తగన్. ౬౪

క. చలమనుమీ మరునకు, ని
శ్చలమనుమీ మన్మనం, బచలమనుమి దృగం
చల మమ్మ్యలపై, నిదిచం
ఛలమౌనని గాదటంచు శౌరికిఁ జెప్పుమీ. ౬౫

చనుమా కనుమా కృపానుసారిన్ శౌరిన్. ౮౬

క. విరు లరులు, సరులు నురులు, హి
మరుచియు నక్రిమరుచి, పికమాద్యద్భృంగ
స్వర మురు భీకరతర, మే
మిఱి కిదియంతయును దెల్పుమా నరహరికిన్. ౮౭

చ. అనియనుపన్ శుకంబరిగె; నంచితసంచితపుణ్యగణ్యస
జ్జనధననందనందనలసత్పదపద్మరజోనుషంగస
ద్మనిభృతవాసభాసురమదప్రమదామృదుగానదూనదే
వనిచయమై తనర్చు నల ద్వారకకున్ గకుబంతచారియై. ౮౮

తే. గీ. కుక్కుటములంతఁ గొక్కురుకోయటనియె
దిక్కులం దించుకించుక తెల్విదోఁచెఁ
జుక్కవాడిచెఁ బోటుక్కునఁ జూడఁజూడ
దీపములు తెల్లవారె సంతాపమాఱె. ౯౦

శా. చోరుల్ తాఁటిరి తారకల్ జుణిఁగె గచ్చున్విచ్చుఁగా జారిణీ
జారుల్ వాఁటిరి మారుఁడున్ మరలెఁ గాసారంపుఁ దీరములం
బౌఱుల్ సేరిరి దూరమేగు పథికుల్ మార్గంబులంబట్టి రం
భోరుప్సౌరభపూరపూరితములై పొల్పారె నుందమ్మెరల్. ౯౧

సీ. అభిసారికాంగనావ్యభిచారములుతగ్గెఁ దమము తూరుపు పర్వతమ్ము డిగ్గెఁ
గువలయమ్ములరంగు దవుదవ్వుల మణింగె వెడవింటివాని యాగడమడంగెఁ
బద్మినీకాంతకుఁ బ్రాయంబునిండారె నంబుజారికి వైభవంబుతీఱె
నేకీభవించుచుఁ గోకముల్ చెలరేఁగె గుడ్లగూబలు కొండగుహలడాఁగె

నింగినిఁ బర్వఁ బంక జవనిక మనియలి మాటమాట కు
ప్పొంగ నహస్కరుండు పొడుపుంగనెఁ జక్కప లొక్కలైతగన్. ౨౩

తే.గీ. ప్రాజ్ఞగము సూర్యుఁడనుపుత్త్రుఁ బడయుకతన
సంతసమ్మున దిక్కుల కంత రక్త
రాంకవమ్ములు బహుమతి రాణనొసఁగె
నాఁగ నీరెండ చెన్నారె నాల్గుదెసల. ౨౪

ఉ. అంతకు లక్షణాసతియు నాబిడ నెచ్చెలులున్ దిగంతర
ప్రాంతనిషక్తదృష్టులయి పల్కులు కీరము రాక చూచుచున్
గంతు దురంతతాపమునఁ గ్రాఁగెడి రాతనయన్ బ్రమోదిత
స్వాంతనొనర్ప నేగిరి వసంతునికోటకుఁ బూఁతోఁటకున్. ౨౫

సీ. గొలలచేఁదూఁగు కదళికల్ ఫలమ్ములఁ గొమరారు నారికేళములగములు
చేయెత్తు నిడుపువచ్చెడి పూగములు కిసాలయములఁ దగురసాలంపుఁ దరులు
పూలఁబిందెలఁబండ్ల వ్రాలెడి పనసలు పండినచెఱకులఁ బ్రిబలుమడులు
నడుగడ్గునకును జొప్పడు పిల్లకాల్వలు కంటికి నింపగుపంటచేలు

తే.గీ. చక్కని కొలంకులును మేటి చంద్రికాంత
ఫలకవేదులు కేళికూళులు సుమాళి
మలరు కేళీగృహమ్ములు పొలుపుదెలుపు
వలపుజిలికెడి యుద్యానవనమునందు. ౨౬

సీ. ఉభయపార్శ్వములందు నొప్పారు మల్లికాపరితతి సౌంధర్యంబు పొఱఁజూచి
దూరదూరమ్ముగాఁ గేరుకోయిలలతోఁ దులదూఁగు మావుల నరసియరసి
జలజలరాలు పుష్పములకుప్పల సౌరభమువొల్చు పొగడవృక్షములఁ గాంచి
మలయువాయువులచేఁ గలయఁబర్వెడి పరాగముల నొప్పెడి నికుంజములనెంచి

వేళాకోళములాడుచున్ నృపసుతల్ వేమాఱు నూరించుచున్
హేళిన్ దేల్చుచుఁ గూరుచుండిరి పయస్యల్ కీరముం దూరుచున్. ౭౮

ఉ. అంతట నేగుదెంచె రయమారఁగఁ గీరము దూరమౌ పరి
శ్రాంతి నొకింతయున్ గణనసల్పక, వచ్చెడిదాని నంబర
ప్రాంతమునందుఁజూచి ముదమందుచు "నీకొకవందయేండ్లు, మా
వంత లడంగె మాకుఁ బదివందలయేం" డ్లని రందఱున్ జెలుల్. ౭౯

క. అనునంతట నక్కీరము
వనజేక్షణకేల వ్రాలి వగరుచుచుఁ గృ
ష్ణునిఁజూచితిఁ జెప్పితి వ
చ్చునతండు స్వయంవరమ్ము చూచెడి వేడ్కన్. ౮౦

వ. అని సంక్షేపమ్ముగా ఫలితార్థము చెప్పిన నచ్చిలుకలకొలికి యచ్చిలుకం
గని మెల్లన నిమురుచు నిట్లనియె. ౮౧

ఉ. ఏమనెశౌరి? నీవు మఱి యేగతి నేగితి? వేడనుండె నా
రాముని సోదరుం, డెటు విరామముగల్గెఁ బదాఱువేల గో
పీమణులన్ భరించు నల వేణువినోదికిఁ? బూసగ్రుచ్చిన
ట్లీమెయి సర్వముం దెలుపుమీ, శుకరాజకులావతంసమా! ౮౨

ఉ. రమ్మని గారవించెనో, కరమ్మున నీవయి పోయివ్రాలితో?
కమ్మలిఖించి యిచ్చెనో? ముఖాముఖిమాటలు సెప్పిపంపెనో?
నమ్మెనో, నమ్మలేదొ? మఱి నా వలపంతయు మూలముట్టుగా
నమ్మధుసూదనుండు నిజమంచుఁ దలంచెనె? కూర్మినించెనే. ౮౩

ఉ. పోతి నిశీథమందపుడు కోటులకూటములందు నమ్మురా
రాతి విలాససౌధముల రంజిలు నాసఖయమ్మ నన్ను నీ

క. ఏ నరుగునఁజిక్కఁ గారణ
మే నెఱుఁగనుగాని యాతఁడేతెంగినయట్టులన్
దానొకఁడు నొక్కఁడై యో
మానిని! సౌధాగ్రమందు మసలుచునుండెన్. ౭౬

చ. ఎలమిఁ బచారుసేయు జలజేక్షణు దవ్వులఁగాంచి కార్యమున్
ఫలితమగుంగదా యనుచుఁ బక్షములన్ ధ్వనిరేఁగకుండ ని
శ్చలగతి నాతఁడున్న మణిసౌధము పొంతకునేగి తద్గవా
క్షుల్లనడుమన్ దృగంచలముసాచి గృహాంతరమెల్లఁ జూచితిన్. ౭౭

చ. చిలుకలుకొన్ని పంజరవిశేషములన్ గను పట్టె; నంత లో
పలికి వెసన్ జనంగ నొక పద్మదళాక్షియు లేకపోయె; నా
తలఁపున సందియంబగుఁగదా, యపుడేమి యొనర్పఁగావలెన్?
జలజదళాక్షుఁడైన నొక చందనగంధియు లేకపోవునే! ౭౮

వ. ఇట్లు సంశయించి వెండియు.

సీ. కారుకమ్ములనేలఁగాఁజాలె నెమ్మేను నెమలిపింఛయము పెన్నెఱులనొప్పెఁ
గరముల శంఖచక్రములు పేర్మినెసంగె వనమాల గళమున నెనసిగ్రేలెఁ
గౌస్తుభం బక్కుపైఁ గళల నీనఁగసాగె శ్రీవత్సమును వింతచెలువు తెలిపెఁ
బీతాంబరంబు విస్ఫీతమై కనుపట్టె వేణువామోవిపై రాణసలరె

తే. గీ. తక్కుఁగల గొల్లదొరల బల్ టెక్కులెల్ల
చక్కనగుపక్కిఁ గన్పట్టె నిక్కమితఁడు
కృష్ణుఁడేయని యోజించి కెలననుండి
యొగుటవ్రాలితి నాతఁడు నరిరిచూడ. ౭౯

యనువున నీమనోరథమునారసె దయ్యమెఱుంగు! నాకుఁదో
చెనపుడు నారదుండరిగి చెప్పెనటంచుఁ గురంగలోచనా. ౭౧

ఉ. అదియునుగాదు నిక్క, మతఁడాతనితో నినుఁ జెప్పఁగాక, నీ
మదిఁగలమర్మ మెట్లతని మానసమందె! నటుండనిమ్ము; నా
కిది కడుఁజెద్దవింత! నను నీవనుపం జనినట్టిదానిఁగా
నెదనెటు నిశ్చయించె? జగదీశ్వరుఁ డాతఁడెఱుంగకుండునే. ౭౨

వ. అంత నేనును మహానుభావుండగు నలనికి నమస్కరించి వినయమ్మున
నిట్లంటి. ౭౩

క. దేవా! నీనెఱుఁగనికత
లేవీటఁ గలుగు? నీకు నేనెఱిఁగింపం
గావలయునె? పునరుక్తము
గావలయునె? యంచుఁ జెప్పఁగా దొరఁకొంటిన్. ౭౪

తే. గీ. భూసరోజముఖీమణిభూషణంబు
సప్తభూమికహాటకసౌధవరము
సకలసంపద్విభానురజనచయంబు
మద్రిములకెల్ల తనరారు మద్రిపురము. ౭౫

క. పాఠులు ధృతనిగమవ్యా
పారులు సమధీతనిగమపారులు జితకో
పారులు సమస్తశాస్త్రా
పార లుదారులు నజాతపారులు నగరిన్. ౭౬

ఉ. అచ్చటి రాచవారు కలనైనను బోరులనోరగారు, వి
ప్వచ్ఛునినైన మెచ్చ, రల భార్గవరాముఁడు నేఁడునున్నఁజై

క. పాదజు లెల్లరు ద్విజసే
వాదరు లత్యంతవిభవు లైశ్వర్యమం దా
మోదింపఁ దగనివస్తువు
లేదొక్కటియేనియును నలీకంబేలా. ౯౯

వ. అట్టిపురమ్మున కధీశ్వరుండు

క. కలఁడు బృహత్సేనధరా
తలనాథుం, డతఁడు మిగుల ధర్మాత్ముండా
లలితునకు నొక్కకూఁతురు
సెలఁగున్ లక్షణయటంచుఁ జెప్పుదు రాపెన్. ౧౦౦

ఉ. మాచెలియంచుఁ జెప్పికొనుమాటలుగావివి యామెఁబోల నా
మాచెలి యయ్యుమాసతియు మారునినారియు మాఱుగారు దే
వా! చెలులందుఁ గాఁగద పదాఱుసహస్రము లిప్పురమ్మునం
దాచెలియందమందలి పదాఱవతీరున మాఱు సేర్తు రే! ౧౦౧

వ. అని వెండియు.

సీ. నీలంపుమణులు మాచెలఁత పెన్నెఱులంటి పడఁతిగుబ్బలు దబ్బపండులంటి
దానిమ్మగింజలు తరుణిదంతములంటి మగువ కెమ్మోవి బింబఫలమంటి
చెలిమిన్ననూఁగారు చీమలబారంటిఁ గలికివళుల్ తరంగమ్ములంటి
వనజాస్యనాసిక కనకపుష్పంబంటి వెలఁదికన్నులు పద్మదళములంటి

తే. గీ. సకియ నెమ్మోము పూర్ణిమాచంద్రుఁడంటి
కొమ్మ పెందొడ లంటికంబమ్ములంటి

ఉ. బంగరుబొమ్మ సంపఁగులపట్టు చొకాటపుటెక్క మేలు మేల్
రంగులకుప్ప మారునిశరంబు రసంబులతేట ప్రజపున్
ముంగర సేరుపుందళుకు ముద్దులమూట పరాలపేట మా
యుంగన, దానిఁబోలఁగల యంగన లేదని నొక్కిచెప్పితిన్. ౧౦౩

ఉ. శారదమానివచ్చి జననాయకునొద్ద నొకింతగా భవ
చ్చారుతరప్రభావముల చందమునందమునుందగన్ మనం
బూరఁగఁజేయుచుం దెలిపె నోయదునందన! తత్క్షణంబ నీ
పై రుచివెట్టె మా చెలియ, పట్టఁగ శక్యముగాదదేరికిన్. ౧౦౪

క. అళులనిన నులికిపడు నె
చ్చెలులన్నన్ గనరుఁ బికవిశేషధ్వనికిన్
దలఁకు శశియన్న నులుకున్
జిలుకలకొలికి యళ్కు కేమి చెప్పఁగవచ్చున్? ౧౦౫

చ. విను నుతియించు నిన్ గసరు నీవనినన్ దలయెత్తిచూచుఁ దా
నినుఁ బలుమారునుం దలఁచు నీదు కథాసుధఁ గ్రోలు నంతట
న్నినుఁగను నిన్ను మ్రొక్కు మఱినిన్ను వినున్ నినుఁబాడు మాటికి
న్నినుఁబలవించు నిన్వెదకు నీమయమంతయు మాలతాంగికిన్. ౧౦౬

ఉ. చక్కనివాఁడవీవు నెఱజాణలజాణ నరేంద్రకన్య; బల్
టెక్కరివీవు సొంపగుబెడంగున వేఁటి నృపాలబాల; నీ
వక్కమలాస్యకుం దగుదు వక్కమలాస్యయు నీకుఁజాలుఁ; దా
మ్రొక్కె నుతించె వేఁడికొనె మంచినఁ దేల్చిన నీవనుమ్మికన్. ౧౦౭

క॥ అని నీ చెప్పిన సంగతు
లను శతగుణముగ నొనర్చి లక్షితగతుల బో

తే.గీ. అంత నెచ్చెలు లిట్లని రానరేంద్ర
పుత్రితో “నీదు కార్యమ్ము పొత్తుపఱచి
నట్టి చిల్కకు సమ్మాన మాచరించి
చిల్క తేజీదొరను వెలిఁజేయనగునె”. ౧౧౧

మ. అనఁ జూచాయల నత్తలోదరియుఁ దానంగీకృతిం దెల్పె న
వ్వనజాస్యల్ నృపపుత్రితో సరసిలో వాలాయమోలాడి యొ
డ్డునకుం వచ్చి కురుల్ విదిర్చికొని పట్టుంబుట్టముల్ గట్టి నె
క్కొని భూషల్ ధరియించి బొట్టులిడి కోర్కుల్ మిన్నుముట్టం దగన్

సీ. కిలకిలమనుచుఁ గోకిలలు గూసెడిచోట నళిదంపతులగాన మమరుచోటఁ
జిలుకముత్తైదువుల్ గలసి యాడెడిచోటఁ గేకులు పురివిచ్చి కేరలుచోటఁ
నల్లిబిల్లిగ లతలల్లి యొప్పెడిచోటఁ బుష్పపరాగంబు వోలయుచోటఁ
బిల్లవాయువులు సంప్రీతిఁ జేసెడిచోట శారికల్ సురతముల్ సలుపుచోటఁ

తే.గీ. బూలఁబిందెలఁ దులఁదూఁగి నేలకంటు
గుజ్జులేనునుమామిడి గులుకుచోట
సపరివారమ్ముగాఁ బుష్పశరుని నిలిపి
యతని వామాంకమున రతి ననువుపఱచి. ౧౧౩

క. ఆవాహనాదివిధుల ము
దావహముగ మదనదేవునర్చించి సఖుల్
పూవుందోయిలి గొని యా
దేవుని మదినిల్పికొని నుతించిరి భక్తిన్. ౧౧౪

సీ. మదనాయ తారుణ్యసదనాయ శృంగారశుభవదనాయ దేవ తుభ్యం నమోఽస్తు
మారాయ వైరాగ్యచోరాయ భృతకీరవారాయ దేవ తుభ్యం నమోఽస్తు

చ. నలు దమయంతితోఁ గలిపినావు సుదర్శనుతోడఁ జేర్మి లీ
లలువొలయంగ నాశశికలాలలితాంగినిఁ గూర్చినావు నీ
విలఁగల యెల్లదంపతుల కేలికవై జగదాదిహేతువై
చెలఁగెడివాఁడ వీసతికి శ్రీహరి పొందొడఁగూర్పఁజాలవే. ౧౧౬

చ. అని నుతియించి యావనితలంగడుఁ గందళితాంతరంగయై
యనుఁగు సఖీమణిం గలసి యంతిపురమ్మున నావెడించి యా
జనుగొని యిండ్లకేగిరి వెసన్; జలజాప్తుఁడు నంతఁ దీక్ష్ణవ
ర్తనుఁడయి మధ్యమాంబరపదమ్మున డంబుగనొప్పె నిచ్చలున్. ౧౧౭

తే. గీ. అవనిపతి భోజనాదికృత్యములు దీర్చి
కవులు మంత్రులు పండితుల్ గలసికొలువఁ
దరుణశరదిందుముఖులు చామరలువీవ
నిండుకొలువుండెఁ గన్నులపండువలర. ౧౧౮

ఉ. నారదుఁడాడినట్టి వచనమ్ములు మంత్రులతోడఁ జెప్పి మే
లారసి పుత్రికామణికి నాయదునందనుపై విరాళియున్
బాలు టెఱింగి చారులను బంచెఁ దగన్ శుభలేఖ లిచ్చి వి
స్తారధరాతలేశ్వరుల సంఘములన్ బిలువంగ నత్తఱిన్. ౧౧౯

## ఆశ్వాసాంతపద్యములు.

క. శ్రీశారదాకటాక్షా
వేశ సమావేశ సంప్రవృద్ధఖ్యాతీ!
దేశాయిదేశముఖుమ
[illegible]బిరుదశాలి! యాత్మగుణాళీ! ౧౨౦

స్రగ్విణి, తాటకోండాఖ్యసద్గ్రామధామా! నిరా
ఘాటసామర్థ్యయుక్తా! మహాశాంతి! యుః
త్పాటితక్రోధ! సంప్రాప్తబోధా! యస
త్యాటవీచ్ఛేదనాయత్తచిత్తాంచితా! ౧౮

గద్య

ఇది శ్రీ...తిరుపతివేంకటీయ లక్ష్మణాపరిణయంబను మహా ప్రబంధమునందు
ద్వితీయాశ్వాసము

—:o:—

రామచంద్రపదప
ద్మారాధననియతహృదయ! హారహీరయశ
శ్శ్రీరుచిర! నిరుపమదయా
ర్ద్రా! రక్షితపండితేంద్ర! రామనరేంద్రా!

తే. గీ. అవధరింపు మనంతరం బట్లు నంద
నందనుఁడు చిల్క చెప్పిన యందచంద
ములు మనమ్మున నాటి యమ్ముద్దుగుమ్మ
కన్నులకుఁ గట్టినట్లుగాఁ గళవళించు.

ఉ. అంతకుమున్న విన్న చెలు వగ్గలమై తలకెక్క రుక్మిణీ
కాంతున కంతకంతకును గంతునిదంతి వచించినట్టి యా
ద్యంతి విలాసముల్ మరుని కేపుఘటించి తదన్యకాంతలం
దెంతయు సేవగింపు లగియింపఁగఁజేసె నదేమివింతయో.

సీ. రుక్మిణితోఁ బొత్తు రుచియింపదాయెఁగా దాయగాఁదోఁచె సుదంతవింత
సాత్రాజితి యటన్న శత్రుత్వమాయెఁగా మాయగాఁదోఁచె జాంబవతిపేర్మి
రాధికాసతి చెల్మి రహిలేకపోయెఁగా పాయఁగాఁదోఁచె భద్రపేర్మి
నీలపొం దడవివెన్నెల పోలికాయెఁగా కాయగాఁదోఁచె నర్కసుతమమత

తే. గీ. వన్నెగల గొల్లకన్నెల చిన్నెలన్ని
యొన్నికకు రాక మునుమున్న వన్నెదఱిఁగె

తే. గీ. లక్షణాధీనుఁ డైన పద్మాక్షుపొందు
సుందరులకందఱకుఁ గ్రొత్తచందమాయెఁ;
గాంతులమనమ్ము లన్యసంగతము లైనఁ
దెలివిగల ప్రౌఢచెలులకుఁ దెలియఁబడవె.? ౫

మ. తమకుఁ బరస్వరమ్ముగల తామసముల్ విడనాడి యందఱున్
గుమిగొని కృష్ణచర్యలను గొంతపడిన్ దలపోసి యంత న
క్కమలదళాక్షు చిత్తమధికమ్ముగ లక్షణయందుఁ జిక్కుటల్
క్రమముగఁ గింవదంతిగఁ దగన్ దెలియంగఁ దలోదరీమణుల్, ౬

క. "మన మనుభవింపఁగా మిగి
లిన సౌఖ్యం బనుభవించులే" యనుచు నొక
ర్తను; "దానికేమి యదియును
మనవంటిదె పొ"మ్మటంచు మఱియొకతె యనున్. ౭

ఉ. "చాలమటంచు నింక నొక సారసగంధిని గూడ నెంచెనో!
యాలలితాంగి యందమున కందఱ కెక్కుడటంచుఁ దోఁచెనో!
స్త్రీలు పదాఱువేలుగల చెల్వునకేమని యాసచేసెనో
యాలలనాశిరోమణి, బళా! కలరే; మనవంటి నెచ్చెలున్! ౮

క. తరుణి కొక పురుషునందుం
దిరముగ మదినిల్పుఁగాని తెఱపలయందున్
దఱచుగఁ బురుషుల కొకచో
గుఱినిల్పుట కాన మేమొకో? తరళాక్షీ. ౯

క. మనచంద మెచ్చటను మే
దినిఁ గనవినరాదు వింతతెఱవిది లోక

క. అని పలువిధములఁ గృష్ణుని
వనజాననలెల్ల వారివారిమదికిఁ దోఁ
చినభంగి నాడికొని; రం
గన లన్యస్వాంతుఁ గాంతుఁ గని యోరుతురే. ౧౨

సీ. చిలుకపోయినతోఁప పలుమాఱుఁ దిలకించుఁ దిలకించి నిట్టూర్పు వెలికివిడుచు,
విడిచి యించుకసేపు తడబాటు మదిఁదాల్చుఁదాల్చి కందమ్ము లంతలుగఁజేయుఁ
జేసి లోలోన విశ్వాసమ్ముసంధించు సంధించి యచ్చాన చందమెంచు,
నెంచి ముచ్చటలాడ నించుకగమకించు గమకించి తనలోనఁ గళవళించుఁ,

తే.గీ. గళవళించి యుపత్రిపగాంచి మించు;
మించియోజించు; యోజించి మేలుగాంచుఁ
గాంచి చింతించు; చింతించి కంతునెంచు;
నెంచి "దయయుంచు" మని పలవించు శౌరి. ౧౩

సీ. తా బృహత్సేనుఁడై తనరువాఁడయ్యు బృహత్సేనసుతకునై యాసచేయుఁ
దా బహులక్షణాధారుఁడయ్యును నొక్క లక్షణాతరుణీవిలాసమెంచుఁ,
దా బయోధరపయోధరహారియయ్యు న త్తలునీపయోధరమ్ములకుఁ దలకుఁ,
దా దావఘోరాగ్నిఁ దాగ్రివువాఁడయ్యు నయ్యంగనావిరహాగ్నికటమటించుఁ

తే.గీ. దా ననంగునిఁ గన్నట్టి తండ్రియయ్యు
నయ్యనంగుని శిక్షింప నడరుగాంచుఁ
దా జగన్మోహనుండయ్యుఁ దద్గతైక
మోహినీ మోహవార్నిధి మునిఁగితేలు. ౧౪

క. ఈగతిఁ గృష్ణుండెంతయు
వేఁగుచు నుద్యానమునకు వెడలి యచట నా

తే.గీ. లక్షణాచంద్రిముఖియు విలక్షణార్తి
నలసిసొలసి "స్వయంవరమగుట యెఫ్డు,
కృష్ణసందర్శనంబగు టెప్డు, నా మ
నోవ్యథలు తీఱు టెప్డ" దనుచుఁ గడంగి. ౧౬

ద్వారకయున్న దిక్కునకుఁ దద్దయు దృష్టినిఁగుడ్చుచున్ సఖీ
వారము తత్పురీపథముపంకకు నంపుచు మాటిమాటికిన్
మారుని దూఱుచున్ మలయమందసమీరకుమారుఁ గేరుచున్
వారిజనాభునిన్ హృదయవారిజమందుఁ బసందు చేయుచున్. ౧౭

తే.గీ. అవధిదినములు పలుమారు నరసికొనుచు
గణనచేయుచుఁ గాలదైర్ఘ్యమ్మునకు న
నూయచెందుచుఁ గుందుచు నాయశోది
కాతనయుఁగూర్చి కాలమ్ము గడపునంత. ౧౯

వచ్చిరి రాజపుత్రు లనివారణవారణులై తురంగరం
గచ్చతురంగులై జయదఖండరథోద్ధతులై నిరస్తవి
ద్యుచ్చలనాసిభానురకరోద్ధురసారసవాదిసాదిభా
స్వచ్చతురంతయానవిలసత్పరివారజనానుయాతులై. ౨౦

అంగజతేజుఁ డుజ్జ్వలితహారకిరీటమణీవిభూషణా
భంగురకాయుఁ డాయతకృపారసబంధురమానసుండు వ
చ్చెం గమలాక్షుఁ డుత్సుకత చెన్నలరార రథాధిరూఢుఁడై
మంగళసంగతంబయిన మద్రధరాధిపురాజధానికిన్. ౨౧

నెచ్చెలు లేగియంత ధరణీవరపుత్రికఁ గాంచి "వచ్చె వి
వ్వచ్చుని బావ" యంచుఁ దెలుపన్ వలపంకురమంది యాంతలో?

సీ. హరివచ్చెనని చెప్పె ననుఁగు నెచ్చెలియోర్తు సరసిజాక్షుండనె సకియయొకతె
పద్మనాభుండనెఁ బడఁతిమిన్న యొకర్తు వనమాలియనెఁ జంద్రవదనయొకతె
బర్హభూషణుఁడనెఁ బద్మనేత్ర యొకర్తు చక్రహస్తుండనెఁ జానయొకతె
వేణుభాసురుఁడనె వెలఁది యింకొక్కర్తు కౌస్తుభాన్వితుఁడనెఁ గాంతయొకతె

తే. గీ. కలికియొక్కతె శ్రీవత్సకలితుఁ డనిరొ
నలినయొక్కతె పీతాంబరాఢ్యుఁ డనియె
యదుకుమారకుఁ డనె నొక్కయంచయాన
కృష్ణుఁ డనిచెప్పె వేఱొక్కకీరవాణి. ౨౩

తే. గీ. ఎచటఁజూచిన రాజన్యు లెచట దృష్టి
నించినను గుఱ్ఱముల్ గజానీకములును
నెచటఁ గనుఁగొన్న రథము లిట్లెల్లయెడల
దంతురంబయ్యె మద్రపురాంతరంబు. ౨౪

క. అంత బృహత్సేనధరా
కాంతుం డెల్లరకుఁ దగినగౌరవములతో
నెంతయు సన్మానించి య
నంతరమున మత్స్యయంత్ర మాసాదించెన్. ౨౫

ఉ. పిమ్మట రాజులెల్లఁ బృథివీపతి పిల్వఁగఁబంపమత్స్యయం
త్రమ్ము సమీపమందుఁ గల రచ్చనెలర్చెడి చంద్రకాంత పీ
ఠమ్ములఁ దారతమ్యము గడల్కొన నాల్కొని రంబుజాక్షుఁడున్
సమ్మతినెక్కె నొక్కవిలసన్మణిపీఠ మవార్యచర్యుఁడై. ౨౬

ఉ. చూచెడివారు, యంత్రమిది చోద్యమటంచుఁ దలంచువారు, "నా
రాచపువిద్దెకుం దగినరచ్చ యిదే" యనువారు, "వారిలోఁ

రి యయోగ్యస్థితు లేరికేనియును బూరించుఁ రసాభాసముల్. ౨౯

ఉ. నందకుమారు ఠాకతనం దెలివొందిన మోముతోఁ గన
త్సుందరమందహాసకలతోఁ దులఁదూఁగుచు గండపాళి నిం
పుందళుకొత్తు నన్ విరహపుం దెలిచాయలతోడ లక్షణా
చందనగంధి వచ్చెఁ సరసంపుగతిన్ మితభూషితస్థితిన్. ౩౦

ఉ. గాదిలి రాచకన్నియ నెగాదిగఁ జూచుచు రాకుమారు "లీ
మాదిరి సుందరీమణి విమానచరప్రమదాళులందుఁ గా
కోదరరాజసంభవతలోదరులందును లే" దటంచు నా
మోదము సందియమ్మను బ్రమోదమునుం గని రందఱుంపగన్. ౩౧

ఉ. అంత నృపాలకుం డొకఁడు హస్తమునన్ ధనువున్ ధరించి య
త్యంతము నేర్పుగల్గినటు లోకసమందలి మత్స్యయంత్రి మెయి
క్కింతగ నీటఁజూచి శరమేసెను బారెడు హెచ్చు తగ్గుగా
"నెంతటి వింటి విద్య" యని యెల్లనృపుల్ దనుఁజూచి నవ్వఁగన్. ౩౨

ఉ. ఇంచుక దుస్సిపోవ నొకఁడేసె; మఱొక్కఁడు లక్ష్యమెద్దియో
యెంచక బాణముం జెటిచె; నేమనవచ్చు! నొకండు లక్షణా
చంచలనేత్రిపై మనము జాఱినవాఁడగుటన్ మఱొక్కచో
నించె శరంబు, నందఱును నివ్వెఱఁగంది తనుత గనుంగొనన్. ౩౩

శా. అంతన్ గంతునిఁగన్నతండ్రి సురకాంతాశందసంధాయురై
ప్రాంతస్థావనిపాలకుల్ శిరములన్ వంపన్ సశంపాంబుద
భ్రాంతిం దెల్పుచు బంగరుంబటము పైపైజాఱ సందీపితా
శాంతుండై యవలీలమైఁ దునిమె మత్స్యాకారమున్ యంత్రమున్. ౩౪

ఉ. తుంచినయంతమాత్రమున దుందుభు లాకసమందు మ్రోసె వా
యించి రనేకవాద్యముల నిచ్చట, నచ్చట నచ్చరల్ ప్రశం

[illegible]
తిల్లుట రాచపాడియె ? మదించిన వీనిమదం బడంచి యీ
పల్లవపాణికిం దగినవానికిఁ బెండ్లియొనర్తుమం చొగిరి.

చ. తవతపమీఁజఁ గొందఱు కటారులుదీసిరి; కొంతమంది క
ట్టవసెఱసంజచాయ లొలుకన్ ధనువుల్ శరముల్ ధరించి " త
క్కువగనలేక గొల్లనికిఁ గూఁతు నొసంగుదురయ్య! యేటిరా
జ " పనుచు మద్రభూపతిని సారెకు దూఱఁగడంగి రెంతయున్.

వ. ఇట్లు రాజులందఱును నొక్కపెట్ట హరిపైఁ గవయుటయు

సీ. బవరమ్ము వచ్చె దైవమ! యంచు లక్షణాసారసాక్షికి గుండెజల్లుమనఁగ
రాజవైరంబు సంప్రాప్తించెనని మద్రధరణీశువకుఁ గాళ్లుతడఁబడంగ
మీనయంత్రము ద్రుంపలేని రాజుల కేటి పౌరుషంబని పౌరవరులు దూఱ
నీరాజసమును వెంతయొానుమానిను లంచుఁ జదల గీర్వాణు లాశ్చర్యమంద

తే.గీ. పట్టుపుట్టంబు నడుమునఁ బిట్టుచుట్టి
హరిణతతిమీఁద దుముకు సింహంబుపగిదిఁ
జక్రి మొకకేల ధరియించి సరసిజాక్షుఁ
డవనిపాలురపై నిర్భయముగ నుఱికె.

వ. ఇట్లుఱికి పరివర్తసమయ ధారాధరమ్ము వడువున శరాసారమ్ములంబఱపి చీ:
గావించిన

ఉ. ఆనృప వీరశేఖరులు స్వయంవరవైఖరు లెంచికొంచు లో
లోనఁ జలమ్ము అజ్జయును లోలతయున్ దలవంపునింప మ
మ్మానినమార్గమునుగొని త్వరితోద్ధురులై చని ; రంత నాబ్రహ్మ
కృష్ణుఁడు కృష్ణఁ దోడ్కొని సేనలు గొల్వఁగ జేరెఁ గోటకున్.

[illegible]
పల్లవపాణికిం దగినవానికిఁ బెండ్లియొనర్తుమం చొగిన్.

చ. తపతపమీఁ గొందఱు కటారులుదీసిరి; కొంతమంది క
న్గవ నెఱసంజచాయ లొలుకన్ ధనువుల్ శరముల్ ధరించి " త
క్కువగనలేక గొల్లనికిఁ గూఁతు నొసంగుదురయ్య! యేటిరా
జ " లనుచు మద్రభూపతిని సారెకు దూఱఁగడంగి రంతయున్.

వ. ఇట్లు రాజులందఱును నొక్కపెట్ట హరిపైఁ గవయుటయు

సీ. బవరమ్ము వచ్చె దైవము! యంచు లక్షణాసారసాక్షికి గుండె జల్లుమనఁగ
రాజవైరంబు సంప్రాప్తించెనని మద్రధరణీశ్వరునకుఁ గాళ్లుతడఁబడంగ
మీనయంత్రము ద్రుంపలేని రాజుల కేటి పౌరుషంబని పౌరవరులు దూఱ
నీ రాజమణు లెంతయో నుమానిసు లంచుఁ జదల గీర్వాణు లాశ్చర్యమంద

తే.గీ. పట్టుపుట్టంబు నడుమునఁ బిట్టుచుట్టి
హరిణతతిమీఁద దుముకు సింహంబు పగిదిఁ
జక్రి యొకకేల ధరియించి సరసిజాక్షుఁ
డవనిపాలురపై నిర్భయముగ నుఱికె.

వ. ఇట్లుఱికి పరివర్తసమయ ధారాధరమ్ము పడువున శరాసారమ్ములం బఱపి చీ
గావించిన

ఉ. ఆనృప వీరులందఱు స్వయంవరవైభవ రెంచికొంచు లో
లోనఁ జలమ్ము లజ్జయును లోలతయున్ దలవంపు నింప ము
న్నున్న నిజమార్గములఁ గొని త్వరితోద్ధురులై చని ; రంత సాభ్రుహా
[illegible] దోడ్కొని సేనలు గ్రాల్వఁగ సేగఁ గోటకున్.

మంగళం మంగళం మృదుమానసాయ
యనుచు నారతులెత్తిరి వనజముఖులు. ౫౦

తే. గీ. శ్రుతిహితమ్ముగ విప్రులు శ్రుతులు సెప్పఁ
బుణ్యసతులెల్ల మంగళమ్ములను బాడ
వెలవెలందులు నాట్యముల్ విస్తరింప
లక్షణను బెండ్లియాడెఁ బద్మేక్షణుండు. ౫౧

తే. గీ. ప్రమద మొప్పఁగ నైదుదినములు నేగ
నంత నగరోత్సవమ్ము చేయంగఁ దలఁచి
మించు సదలంకృతులను భూషించిరెలమి
లక్షణాతరుణీసరోజేక్షణులను. ౫౨

సీ. మల్లెమొగ్గలువెట్టి మణిసరమ్ములుచుట్టి జడకు సింగారమ్ము గడలుకొల్పి
రతనంపునత్తు వజ్రపుబులాకీ పొత్తుగలిపి నాసకు వింత చెలువుగొలిపి
పలుహారములచేతఁ బచ్చికస్తురిపూఁత గుబ్బచన్నులకు మేల్ గుస్తరించి
దొడ్డచీర లగించి యొడ్డాణముబిగించి లేఁత వెన్నదుమున కూఁతయొసఁగి

తే. గీ. పసపు పూసియుఁ బారాణియొసఁగి పదస
రసిజములకుఁ బసందగు పస ఘటించి
పలుచనగుగతి బాహులఁ గలప మలఁది
లక్షణ నలంకరించిరి లక్షణముగ. ౫౩

సీ. పలుఫలాహారముల్ చలువపన్నీరు మేలత్తరుల్ చిత్తరుల్ హాళినొలయు
నెత్తంపుఁబలకవీణియ తమ్మలంపుఁజిల్కలు పూలబంతులు మెలపుదెలుప
చిటిచాఁప చెలువునించెడు పట్టుదిండియల్ బంగారుకలశముల్ పసనెసంగ
ముక్కాలిపీఁట బల్ చక్కని కుర్చీలు సేద్దు గులాబులు చెలువుప్రముఖల

పాళిఁ జెన్నారి న[illegible]
దరిగి లక్షణ కనిరి హాస్యంపుగతుల. ౫౫.

ఉ. "ఎన్నఁడుగాని కన్నియల హేలలెఱుంగని వన్నెలాఁడు మా
యన్నఁడు వెఱ్ఱిగొల్ల, పృథివీపతిపుత్రిక వీవు వన్నెలుం
జిన్నెలు నేర్చుదాన, వెటుచెల్లునొ మీకుఁ బరస్పరం" బటం
చన్నళినాక్షు నెంచె నొకసుందరి కృష్ణు నెఱుంగ నట్లుగన్. ౫౬

క. "పలుమఱు పతుల చేతులలో
మెలఁగినవాఁ డతని నెట్లు మెప్పించెదొ ? యో
కలికీ" యని వేఱొక చెలి
పలికెన్ గలమాట తెలుపుభంగి పొసంగన్.

క. "పలుపలుకు లేల, రాధా
లలనయునన్ మదనశాస్త్రలక్షణసతి యా
వెలఁదుకకు దాసుఁడై కడు
నలిఁగినవాఁ డతఁడు మెచ్చునారులు గలరే!"

క. అని పలువిధములఁ జెలు ల
ప్పవనజానన గేలిసేయ వనజముఖి యొక
ర్తను "నతఁడు నేర్చికొనె మన
వనితయు నేర్చికొను నతనివలనఁ దనంతన్." ౫౯

తే.గీ. "నేర్చికొన నేల? వన్నెచిన్నె లవ నయసుఁ
బడుచులకు నెల్లరకును స్వాభావికమ్ము"
లనుచుఁ దమలోనఁదమ రాడుకొనుచు నొయ్య
నొయ్య కయ్యకుఁదార్చి రయ్యువిద నెలమి. ౬౦

కరికరమ్ములుగావు కదళికనుందొడ లంటి స్తంభముల్ సుమ్ము కంసకరిహరణ!
చక్రముల్ గావు మాజలజాక్షి పిఱుఁదులు సైకతమ్ములు సుమీ చక్రహస్త!

తే.గీ. మోవి సుమ్మిది పిల్లనగ్రోవి గాదు
రాతనయ సుమ్ము చల్లమువేత్ర గాదు
తెలుపుమర్యాద గావునఁ దెలుపుమంటి
మెఱుఁగవా? రుక్మిణీపతీహృదయలోల! ౬౨

వ. వేఱొక కీరవాణి లక్షణకు మెల్లన నిట్లనిరి.

సీ. నూటికొక్కటికైన మాటకుత్తరము నీవలెఁగాని యూరకోవలదు సుమ్ము
కెమ్మోవియాననుంకించిన నొయ్యనీవలెఁగాని డాఁచుకోవలదు సుమ్ము
పుక్కిటవిడెమీయఁబోయిన నందుకోవలెఁగాని వెలిఁజేయవలదు సుమ్ము
కౌఁగలించుకొనంగ గమకింప నెదురొత్తవలెఁగాని వెనుదీయవలదు సుమ్ము

తే.గీ. చిత్తమున కనుగుణముగఁ జెలఁగవలయుఁ
గాని యెక్కడనైన నొక్కత్రుటికన్నఁ
బెనఁగులాడఁగవలదుసు మ్మనుఁగుకాఁ డ
నంగ దైవమ్ముసుమ్ము సన్నత లతాంగి. ౬౩

తే.గీ, ఇటులఁ దగుభంగులన్నియు నెఱుఁగఁజేసి
"యాతఁడున్నాఁడు, నీవుంటి వతివమిన్న!"
యని పయికిఁజెప్పి యొక్కొకవని నెపమునఁ
జనిరి చెలికత్తెలంద ఱా స్థలమువిడిచి. ౬౪

శా. కేలం బెన్ బెరకేలుపట్టె మెయి సోఁకించెఁ మెయిఁ గంఠముఁ
గీలించెన్ గుచసీమ మంజులగతిన్ గేలుంచె గండస్థలిఁ
లాలించెన్ దగఁగౌఁగిలించె మధురాలాపమ్ములన్ దేల్చెఁ గే
ళీలోలుండగుచు మించె శౌరి కడుబాళిన్ లక్ష్మణాభామతోన్. ౬౫

నంతి వేఁడవ మొగంబెత్తి సెరనిచాన యెత్తి చిన్నగవు పల్లొత్తి నేర్చె
నిండమంచును విడెమ్మొయ నేరని లేమ యిచ్చి వాతెఱ యాననీయ నేర్చె
చేయివట్టిలాగిన సెజ్జయంటనిగోల యంటి తోఁ బన్నుంట యదియు నేర్చె

తే. గీ. ముట్టినంతన బ్రాన్పడు ముద్దరాలు
బ్రాన్పడక వీలొసఁగ నేర్చె రతికొకింత
యారా! యేరీతిమాఱెఁ జేతోంతరంబు
నాతికన్నెరికమ్ము రెండవదినమున. ౬౭

తే. గీ. ఎఱిఁగియు నెఱుంగకుండెడి సురతసుఖము
నొసఁగియు నొసంగకుండెడి యోష్ఠరసము
పలికియును బలుకకయుండు పలుకు తళుకు
కన్నియలకూటముల నెన్నఁగా, దరంబె! ౬౮

క. ఈగతి నాగజగమనా
భోగమయుండగుచు మద్రిపురమునఁ గృష్ణుం
డాఁగె నొక కొంతకాలము
భోగం బెఱుఁగంగనీదు పురుషార్థమ్ముల్. ౬౯

తే. గీ. ముగ్ధయై కొంతకాలంబు మురువుసూపె
మధ్యయై కొంతకాలంబు మది గరంచె
ప్రౌఢయై కొంతకాలమ్ము ప్రమదమొసఁగె
లక్షణాచంద్రముఖి సరోజేక్షణునకు. ౭౦

ఉ. ఆ యదునందనుం డిటులు హాయిగ నాయలివేణిఁ గూడి ని
త్యాయితసౌఖ్యముల్ గొనెడి యాసమయమ్మున నైన రాధికా
తోయజనేత్ర యాదిగల తొల్లిఁటి ప్రేతలచెల్వు లెంచు; నే
చాయల నేరికి న్మఱవ శక్యమె, తొల్లిఁటినాఁటి కూటముల్ ; ౭౧

* ఈసీసము, మిత్రిమగు, ఆదిపూడి ప్రభాకర కవిచే రచింపఁబడినది!

కలితకాదంబినీకాంతివలిత మగుచు ౭౩

సీ. తెలుపెక్కె మేఘముల్ బలుపెక్కె ఋక్షముల్ తళుకెక్కెఁ దారావితానములకుఁ
జొలుపొందెఁ జంద్రుండు తెలివొందె దిక్కులు కాశసూనములు ప్రకాశమందెఁ
బసమీఱెఁ బద్మముల్ వెసఁ దేఱె నీరముల్ మల్లియల్ పుష్పించి వెల్లివిరిసెఁ
జెలరేఁగె విరహముల్ తులఁదూఁగె సస్యముల్ గాలికిఁ బ్రాగ్దిశాగమన మొసవె

తే.గీ. నెండ మెండయ్యెఁ గొండలు పండువయ్యెఁ
జలి మొలకలెత్తెఁ దూష్పర్శములు మొత్తె
నేఱులు కృశించెఁ దిన్నియల్ తారసించె
సురతరుచి హెచ్చె దివికి భాసురత వచ్చె. ౭౪

తే.గీ. అట్టి శరదాగమమ్మునం దంతకంత
కధిక మగుచు విరాళి రాధాంగనాశి
రోమణీచర్య లెంచి కూరుములు పెంచి
కృష్ణు నుంకించి తాల్మి జంకించె బళిర. ౭౫

ఉ. “ఎందఱినైనఁ జూచితి నిఁ కెందఱినైననుఁ జూడ నుంటి నో
సుందరి! నీదుచందమును సొంపును నింపు దలంపు నింపు నే
మందు నవారవిందవదనా! పద నాయెద నాటఁబోకు మె
న్నందగువాన వెంతకయినన్ బయినన్ దయనంది చూతువే. ౭౬

చ. మన గిలిగింతలున్ మనదు మర్మములున్ మన తాఱుమాఱులున్
మన పొలయల్కలున్ మన మనమ్ములనుండెడి వింతకోర్కులున్
మనమన వర్మవాక్యములు మన్ననలున్ మరియాడలున్ మన
మ్మున నెప్పుడైనఁ గాని తలపోయుదువే? సరసీరుహాననా! ౭౭

లేనితప్పులు చుట్టి పోనికూరిమిఁబట్టి తపతపఁ దగు చపేటమ్ములార!

తే. గీ. తియ్యఁదియ్యని కెమ్మోవి తేనెలార!
నిరుపమానపు దొంతర నిద్రలార!
తమి నెఱుంగని పురుషాయితమ్ములార!
రాధికా కృష్ణులను విడరాదు సుండు. ౭౯

తే. గీ. ఒడలెఱుంగని పేర్మిఁ బైఁబడెడి పడఁతి
పలుకుపలుకునకుం దేనెలొలుకు కలికి
గిల్లినను పాలుగాఱెడి పల్లవోష్ఠి
పొందు గలవాఁడె పో పుణ్యపురుషుఁ డిలను. ౮౦

ఉ. ముద్దుల చేష్టలన్ మఱచిపోతి; సుతారపుఁ బూరుషాయితం
బెడ్డడియాయె; సోయగపుహొయలల కేమి, జగమ్మునన్ మఱే
ముద్దియ కుండ కుండు; వలపున్ మొలపింపఁగఁజేయుశక్తి నీ
యొద్దన పుట్టె వేఱొక తలోదరి నీసరిఁజేయఁ జేర్తునే.

ఉ. నేరువెఱుంగనట్టి నను నీవకదా! కడుఁ బెద్దఁజేసి యా
యా రతిరీతులందలి యొయారములన్ గడిదేర్చి యెంతయున్
పారగుఁజేసి యేలితివి పద్మదళాక్షిరో! నిన్నుఁ బాయఁగా
నేరుచు బల్ కృతఘ్నుఁడను నేరము లెన్నకు మిట్టి పాపయున్. ౮౧

సీ. నాఁడుగా! నిరుపమానందంపు టందంపుఁ జందంపుఁ జొందికల్ పొందుపడుట
నాఁడుగా! మిగుల విన్నాణంపు నాణెంపు రాణంది రాణించు రస మెసఁగుట
నాఁడుఁగా! యమునాసైకత తటీనిత్యతటాత్యుత్కటస్ఫుటకేళు లొఱపుగనుట
నాఁడుగా! రుచిరబృందావనసేవనాభావనాభావనాఘాటి [illegible]

మనఁదగుఁ? బల్వేలందులకు నాసలుచేసెడివారి చిత్తవ
ర్తన, తరణిద్వయార్పితపదద్వయిచందము గాక యుండునే. ౭౪

తే. గీ. ఇటులు మది రెండు దెఱఁగులై యేఱుగట్టు
చుండినను లక్షణ యెఱుంగకుండఁ గృష్ణుఁ
డనయమును వింతవింతలఁ దనుపుచుండె
నెంతపోఁడిమియుఁ గాకున్న నింద కేల! ౭౫

క. పయనంబని కృష్ణుం డ
న్మెయి మామ కెఱుంగఁజేయ మెలతకుఁ బనుపక
దయ వెన్కఁదీయ నృపుఁ డెం
తయు నాలస్యంబు చేసె ధర్మమ కాదే! ౭౬

సీ. పోవచ్చునంచుఁ జెప్పుచుఁ గొన్ని నాళ్లు తందరయేమటంచుఁ గొన్నాళ్లుజరిపి
శుభముహూర్తమ్ములఁ జూచుచుఁ గొన్నాళ్లనంతరంబనుచుఁ గొన్నాళ్లుజరిపి
నేఁడు గాదంచు మన్నించుచుఁ గొన్నాళ్లు నాఁడంచుఁజెప్పి కొన్నాళ్లుజరిపి
విందులపై మిషపెట్టుచుఁ గొన్నాళ్లు తెల్లవారనని కొన్నాళ్లుజరిపి;

తే. గీ. పసపునకుఁ గుంకుమకుఁ గొంత వసతియొసఁగి
మంచి సుముహూర్తమున బహుమతులొసంగి
కూఁతు నత్తింటి కంపించెఁ గువలయేశుఁ;
డంపుదురె? యంపు మన్నంత నత్తవారు. ౭౮

తే. గీ. సరసిజాక్షుఁడు లక్షణాసహితుఁడగుచు
నరుగు నంతటఁ బురకాంత లతనిఁజూడ
వేగుదెంచి కనుంగొని వెలమి సత్త
భూమికోన్నతసౌధాగ్రములను నిలిచి. ౭౭

ద్యుల్లక్షల్ కరిరాజమందగతు లిందు భ్రాజదాస్యల్ సుతా
రల్లీలావతు లేల వేయుపలుకుల్ రంభోర్వశీమేనకల్. ౯౦

క. మనవీటఁ జల్లమ్మెడి
వనితలమా టట్టులుంచు వారసతులు నా
వనితల దాస్యమ్మునకై
నను జాల" రటంచు నొక్కనాతి వచించెన్. ౯౧

తే. గీ. ఇట్లు పరిపరివిధముల నెంచికొనుచుఁ
బురసతులు నూడ లక్షణాతరుణిఁ గూడి
ద్వారకకు నేగెఁ గృష్ణుఁ, డాతని యువతులు
తమ్ము పదలుటఁజేసి చిత్తములు గలఁగ. ౯౨

ఉ. ఎన్నఁడువచ్చుఁ గృష్ణుఁ, డిఁక నెన్నఁడు చూడఁగఁగల్గు, వేడ్కమై
నెన్నఁడు కౌఁగిలించుకొను, నెన్నఁడు ముద్దిడు, నెన్నఁడేలు, నిం
కెన్నఁడు తాపమాఱు, మనమెన్నఁడు తిన్నఁబడున్, మనోరథం
బెన్నఁడు తీరునంచు మది నెన్నఁగరాని వియోగవేదనన్. ౯౩

సీ. కృష్ణుసంగతులు నీకించుకేని యెఱుంగరావుగా? యని సత్య రాధ నడిగె
జలజాక్షుఁడిప్పుడెచ్చటనుండెనో యెఱుంగఁబడెనె? నీ కని రాధ భద్ర నడిగె
మఱచెనో మనలనెల్లరఁ గృష్ణుఁడంచుఁ దాపముమీఱ నీలతో భద్ర వలికె
గర్ణశృంగఖ్యాతి గనుపట్టె నని నీల పతి చందమెంచె జాంబవతితోడ

తే. గీ. రుక్మిణీదేవికెఱుక యీరూఢివర్త
మాన మనుచు సుదంత జాంబవతి కనియె
నిటులు పలువిధములను వారెల్లఁ దల్ల
డించి పలవించసాగిరి మించుచేర్మి: ౯౪

[illegible]
ఘ్నత లెఱుఁగంగవచ్చునె? కనంబడు నంతటిదాఁక నేరికిన్. ౯౬

ఉ. కప్పుకొనంగ నాపయఁటఁగాని మఱొక్కటినొల్లఁ డెవ్వరేఁ
జెప్పినమాట నాకెఱుఁగఁజేయక నిద్దురవోఁ డొకప్పుడున్
గప్పురవీడె మొక్కఁడయి కైకొనఁ డామురిపెమ్ము లన్నియున్
దప్పెనొ? యెల్లకాలమొక త్రాటను బోదురె జారపూరుషుల్! ౯౭

ఉ. వల్లభు నొల్ల కన్యయమువారికి లోఁగక లోకు లాడు నా
యల్లరిమాట లోర్చుకొని యన్నిఁటికిం దెగ తెంపు చేసి యీ
కల్లరి సౌఖ్యమే సతముగాఁ దలపోసి పరున్ వరించు నా
హల్లకపాణికిన్ జెడుట యబ్రమె? పున్నెముఁ బూరుషార్థమున్. ౯౮

సీ. రాకాశరచ్చంద్రరాజమానానూనచంద్రికాఫలితవృక్షమ్ములార
వికసత్కుసుమగుచ్ఛవిహరమాణాతిగుంజన్మధువ్రతనికుంజమ్ములార
వివిధశృంగారభావితహంసతూలికాతల్పవత్కేళిసౌధమ్ములార
మలయమారుతపోతవలనానుకలనావితతయమునాసైకతమ్ములార

తే.గీ. మా వినోదంపుఁ జెయ్వులు మంతనములు
కష్టసుఖములు మీరెఱుంగనివికావు
మీర లైనను నాదుపేర్మిని గణించి
వెదకి వేవేగఁ గృష్ణు రప్పింప లేరె." ౯౯

క. అని పలువిధములఁ దలఁచుచు
వనజానన యుండె; నంత వనజాక్షుఁడు రా
ధ నెపుడు గనుఁగొందునొ యం
చును వచ్చెన్ దన్ను గొల్లసుదతులు చూడన్. ౧౦౦

పచ్చలు నట్లుతిఁచ నిటు వేణువిశారదుఁ డగుదెంచుచ
నిచ్చలు రాధపైఁ బరుగులెత్తఁగఁ దత్తర మావహింపఁగన్. ౧౦౨

చ. గడియకొ, లేక యొక్క యరగంటకొ కంటఁబడున్ బ్రియంబు చొ
ప్పడఁ దగఁ గౌఁగిలించుకొను బల్ వలపూరఁగ ముద్దునెట్టు నె
క్కుడు తమకమ్మునన్ మరునికూటములన్ గరఁగించు నింకఁ దుం
దుడుకును మాను మయ్యదియ తొయ్యలి కేళిగృహంబు చిత్తమా. ౧౦౩

క. ఆరాధకేళిసదనము
తారసమగుకొలఁది నిట్లు దనుజహరునకున్
దోరంబగుఁదత్తర, మది
ధారుణి ననుభూతమగు విధం బనరాదే. ౧౦౪

ఉ. ద్వారము చేరునంత దరిదాపున నారసి రాధికాసఖుల్
గేరుచు లోనికేగి " సఖి కృష్ణుఁడు వచ్చె " నటంచుఁ దెల్ప నం
భోరుహనేత్ర నమ్మ కటుఁబో గమకింపఁ దలంచునంతలో
సారసలోచనుండరిగె సారసగంధి గృహమ్ము చెంతకున్. ౧౦౫

ఉ. ఇంచుకగాంచి రాధ జలజేక్షణుఁ గంటి నటన్న మోపమో
వంచనచేయు నిచ్చయొ స్వభావమొ కృష్ణునిమీఁది కోపమో
యెంచఁగరాదుకాని చనియెన్ జవుజవ్వనఁ గేళికాగృహో
దంచితశయ్యకున్, వడిగఁ దామరసాక్షుఁడు వెంబడింపఁగన్. ౧౦౬

క. ఇటువచని యెఱుఁగనిగతి దు
ప్పటి ముసుఁగిడి శయ్యపైని బవళించిన న
క్కుటిలాలక విధమెఱిఁగిన
విటశేఖరుఁ డరిగె రాధ వెనువెంబడిగన్. ౧౦౭

వారల ముచ్చటల్ మఱియు వారల తీరులు నిర్ణయింప నె
వ్వారికి శక్యమౌఁ? గవులు వర్ణనచేసెడిపాటి వారలే! ౧౦౯

సీ. లక్షణ నీరీతి లాలనచేయుదే? యన, మంచిదానవే! యనియె శౌరి
యాబోటిపై మనంబతికెనే? యీరీతి నన, లేదులేదులేదనియె శౌరి
ఆయింతి కీవింత లన్నియు నేర్పితే? యన, వెఱ్ఱివాఁడనే? యనియె శౌరి
ఆనాతి కీప్రీతియమరనే? నీమీఁద నన, నించుమించుగా ననియె శౌరి

తే. గీ. ఆలలన యెన్నఁడేని నన్నడిగెనే? య
టన్న, నెఱుఁగనో, యెఱుఁగదో యనియె శౌరి
చెప్పకుందువె? నాతోడఁ జెప్ప వనిన,
నబల! నీకలయిక సాక్షియనియె శౌరి. ౧౧౦

తే. గీ. ఇటులనే తక్కఁగల సతులెల్లఁ దన్నుఁ
గోపగింపఁగ నందఱకోపములను
రసమెసంగెడిగతి నివారణమొనర్చె
రసికజనశేఖరుం డన రాదె శౌరి! ౧౧౧

తే. గీ. అష్టభార్యల నేలుచు ననవరతము
గోపికలకోర్కె దీర్చుచుఁ గోరువారి
కిహపరమ్ముల నొసఁగుచు నెసక మెసఁగఁ
గృష్ణుఁడు చెలంగె వైభవజిష్ణుఁడగుచు. ౧౧౨

క. ఈలక్షణాపరిణయము
బోలంగా వ్రాసి చదువు పుణ్యాత్ములకున్
శ్రీలలనాధవుఁ డొసఁగున
మేలగు నాయువును సిరియు మేటియశమ్మున్. ౧౧౩

శ్రీపత్యాదృతశుద్ధచిత్త! పరనారీసోదరీభూత! దు
ష్పాపాహంక్రియ! గోకిరెడ్డికులపారావారరాకాతమి
స్రాపాలా! దయమానదీర్ఘనయనప్రాబల్య! సత్యాదృతా
లాపశ్రీబల! తాటికొండపురపాలా! రామభూపాలకా! ౧౧౭

## మంగళ మహాశ్రీవృత్తము.

శ్రీలలితమందిరవిశిష్టశుభజాలయుత సేవకజనోచితదయా! గ
ద్యాలనరపాలవరభావుక! కళాకలితభావుకగుణాకర! కృతీంద్రా!
తాళనగనామ పురధన్యజనపాల! జనతావినుతశీల! నుతగోత్రా
పాల! శుభరామనరపాల! జయలోల! కవివారనుత మంగళమహాశ్రీ..

ఇది,

శ్రీకింకపీంద్ర ఘటాపంచానన విద్వత్కవి బాలకళానిధి బాలసరస్వతీ
శతావధాని తిరుపతి వేంకటేశ్వర ప్రణీతంబగు లక్షణా
పరిణయంబను మహాప్రబంధమ్మునందు
సర్వంబును దృతీయాశ్వాసము
సంపూర్ణము.

శ్రీకృష్ణార్పణమస్తు.

# తిరుపతి వెంకటీయము

షష్టిపూర్తి మహోత్సవ ముద్రితము.

 [వెల 0-10-0

## —♦ లక్షణా పరిణయము ♦—

### శుద్ధపత్రిక.

| పుట. | పంక్తి | తప్పు. | ఒప్పు. |
|---|---|---|---|
| 16 | 18 | సరససిజ | సరసిజ |
| 17 | 24 | బంధుర | బంధుర |
| 20 | 24 | డరుణుఁ | రరుణుఁ |
| 34 | 22 | వతంమా | వతంసమా |
| 35 | 20 | పించయము | పించియము |
| 39 | 16 | కెరలుచోటఁ | కెరలుచోట |
| 48 | 17 | నడుమునఁ | నడుమున |

www.ingramcontent.com/pod-product-compliance
Lightning Source LLC
LaVergne TN
LVHW020733230825
819277LV00053B/581

* 9 7 8 1 0 2 2 7 1 8 2 7 2 *